विठ्ठला!

विजय तेंडुलकर

पॉप्युलर प्रकाशन, मुंबई

विठ्ठला!
(म -१००८)
पॉप्युलर प्रकाशन
ISBN 978-81-7185-834-7

VITTHALA
(Marathi : Play)
Vijay Tendulkar

पहिली आवृत्ती : १९८५ / १९०७
नीलकंठ प्रकाशन, पुणे
दुसरी आवृत्ती : २००५ / १९२७
पुनर्मुद्रण : २०१८ / १९४०

प्रकाशक
हर्ष भटकळ
पॉप्युलर प्रकाशन प्रा. लि.
३०१, महालक्ष्मी चेंबर्स
२२, भुलाभाई देसाई रोड
मुंबई ४०००२६

अक्षरजुळणी
एच. एम. टाइपसेटर्स
११२०, सदाशिव पेठ
विद्याधर अपार्टमेंटस
निंबाळकर तालीम चौक
पुणे ४११०३०

वसंत गोडसे
माधव आचवल
श्री. दा. पानवलकर
या
हरवलेल्या सुहृदांना.

अद्‌भुताची मला आवड आहे.
भुताखेतांवरील एका पुस्तकाच्या पानावर नामा शिंपी आणि त्याचे भूत मला भेटले.
वाचता क्षणी या जोडगोळीने मला झपाटले, ते नाटक लिहिले तेव्हांच सोडले.
या नाटकातला पद्य भाग संत-रचनांमधून घेतला आहे.
या सर्वांचा मी ऋणी आहे.

विजय तेंडुलकर

या नाटकाचा पहिला प्रयोग इंडियन नॅशनल थिएटर, मुंबई या संस्थेने दि. २३ मे १९८५ रोजी दुपारी चार वाजता शिवाजी मंदिर, मुंबई, या नाट्यगृहात सादर केला.

दिग्दर्शक	:	सदाशिव अमरापूरकर
नेपथ्य	:	सखाराम भावे
सूत्र-संचालन	:	भाऊसाहेब सप्रे विनायक आयरे
संगीत	:	आनंद मोडक
प्रकाशयोजना	:	सखाराम भावे प्रकाश मळकर्णेकर
ध्वनी-संयोजन	:	प्रदीप देशपांडे

: पात्रयोजना :

नामा	:	दिलीप प्रभावळकर
भूत	:	सखाराम भावे
बायको	:	ज्योती सुभाषचंद्र
तुंबाजी	:	प्रभाकर कारेकर
जटायू	:	अनंत वेलणकर

शिवाय इतर अनेक गुणी कलावंत अनामिक व्यक्तिरेखांत

अंक पहिला
दृश्य : १ले

[पडदा वर जातो तेव्हां रंगमंचावर प्रेक्षकांच्या उजव्या बाजूला एका शिडीवर प्रकाशझोत. बाकी रंगमंच अंधारात. शिडीवर एकजण अगदी वर बसला आहे. भिक्षुकासारखा वाटतो. चेहऱ्यावर एक राठपणा आणि सुरकुत्या. वाटते की, काळ याला विसरून पुढे गेला आहे.
काही क्षण हा स्वत:तच हरवल्यासारखा.
मग सावकाश वळून प्रेक्षकांना पहातो. एकूण हालचालीत एक अनैसर्गिक संथपणा.
हे भूत.
काही क्षण प्रेक्षकांना न्याहाळून हे बोलू लागते.]

भूत : (एकेक शब्द निर्विकार संथपणे उच्चारीत) प्रत्यक्षात भूत कुणालाच कारणाशिवाय दिसत नाही. दिसण्याला कारण क्वचितच घडतं. पण भूत हा माणसांचा एक आवडता छंद रहात आला आहे. प्रत्येक माणूस जरुरीप्रमाणे कल्पनेनं आपापलं एक भूत निर्माण करतो. कुणाच्या भुताचे उलटे पाय, तर कुणाचे डोळे बाहेर. कुणाचा नुसताच हाडांचा सापळा, तर कुणाचं भूत पारदर्शक. प्रत्येकाचं एकेक स्वतंत्र भूत– पण पूर्णपणे काल्पनिक.
प्रत्यक्षातली भुतं वेगळी असतात. मरून उरलेली ती माणसं असतात. त्यामुळं जवळ जवळ माणसांसारखी, किंवा हवं तर –अशी –माझ्यासारखी. म्हणजे एकच गोष्ट माणसापेक्षा कमी –उद्याची आशा.
तर ही, एक माणूस आणि एक भूत यांची गोष्ट असणार आहे. माणूस त्या तिथं (अजून अंधारात असलेल्या रंगमंचाकडे

निर्देश करतो) घरात रहात होता. भूत या इथं या पिंपळाच्या झाडावर असे.
अष्टौप्रहर भुताला 'नामा' नावाच्या त्या शिंपी माणसाला पाहावं लागे, ऐकावं लागे. तसा संबंध नसतानाही भुताचा 'नामा शिंपी' या माणसाचा व्यासंग वाढत राहिला आणि त्यातून काय झालं, त्याची मनोरंजक आणि तापदायक गोष्ट इथं आता घडणार आहे.

[रंगमंचावर प्रथमच आता प्रकाश येतो.
नामा शिंप्याचे घर दिसते. हे झोपडीवजा. हे हुबेहूब असण्याचे कारण नाही. शिडी हे जसे पिंपळाचे झाड, तसेच हे घर; साधारणत: घरासारखे वाटणारे.
घराच्या ओटीवर नामा एकतारी घेऊन अभंग गाण्यात रंगला आहे. आवाज ऐकू येत नाही, नुसतेच हावभाव दिसतात.]

भूत : भुताच्या दृष्टिकोनातून ही गोष्ट आपल्यापुढे येणार, तेव्हां या गोष्टीतले स्थलकालाचे बदल भुतंच घडवतील. ही भुतं खरी असल्यानं काल्पनिक नाहीत. त्यामुळे भीतीदायक नाहीत. त्यांच्याकडे तुम्ही दुर्लक्ष करायचं आहे. जरूर तेव्हां ती इथं येतील, आपापली कामं शक्य तो अंधारात करून निघून जातील. (ही सूचना रंगमंचावरचे दृश्य-बदल करणाऱ्या काळ्या कपड्यांतील माणसांसंबंधात.) माझ्याकडे? माझ्याकडे दुर्लक्ष करणं तुम्हांला जमणार नाही. तर, आता, नामा शिंपी.

[भुतावरचा प्रकाशझोत क्रमश: मावळतो.
रंगमंचावरच्या नामा शिंप्याच्या घरावर प्रकाश आधीच आलेला आहे.]

दृश्य : २रे

[नामदेव शिंपी झोपडीवजा घराबाहेर बसून टाळ-एकतारीवर भजन करतो आहे.
माणसे येत जात आहेत. भजन करणाऱ्या नामासकट सर्व सवयीचे असल्यासारखी पुढे जातात.]

नामा : **उठा उठा, प्रभात झाली**
चिंता श्री विठ्ठल माउली ।।
दीन जनांची साउली
भेटीलागी स्मरताची ।।
पंढरपुरी जे भीमातटी
सुंदर मनोहर गोमटी ।।
दोन्ही कर ठेवोनिया कटी
भेटीसाठी तिष्ठतसे ।।
किरिट-कुंडले मंडित
श्रीमुख अति सुंदर शोभत ।।
गळा वैजयंती डुलत
हार मिरवत तुळशीचा ।।
सुरेख मूर्ती सगुण सावळी
कंठी कौस्तुभ एकावळी ।।
केशर-उटी परिमळ आगळी
बुका भाळी विलसतसे ।।

एक जण : (थांबून)
अरे ए लेका, नामा! अरे, लेका, विठ्ठलाच्या नावानं टाळ कुटत वेळी-अवेळी बसतोस; कपडे कोण शिवणार, तुझा बा? माझी बंडी शिवायला टाकल्याला आता महिना झाला, अजून देतोच आहेस! लेका, टाळ कुटायला तुला वेळ आहे

आणि लोकांची कामं करायला नाही काय? थांब, तुला दाखवतो एकदा. परवा सकाळपत्तर बंडी शिवून मिळाली नाही ना, तर तू आहेस आणि मी आहे!

नामा : (एकदा डोळे उघडून पुन्हा झाकत) शिव शिव. पांडुरंगा... मायबापा ... (पुन्हा अभंग म्हणू लागतो.)

एक जण : परवा बघतो, बघ, तुझा मायबाप तुझ्या मदतीला कसा येतो ते. नाव नाम्या आणि जात शिंप्यांची म्हणून स्वत:ला संत नामदेव समजायला लागलाय्... (जातो.)

[नामाचे भजन चालू. दुसरा एक तावातावाने येतो. हातात कपडा.]

दुसरा : नाम्या... कुठं आहे तो भडवा?... (कपडा नामापुढे नेऊन आदळतो.) हा खमीस. हा घाल तुझ्या पांडुरंगाला.

नामा : (नाइलाजाने उघडल्यासारखे डोळे उघडत) विठ्ठल ... विठ्ठल... काय झालं?

दुसरा : झालं तुझं श्राद्ध!... हा खमीस कुणाच्या मापाचा शिवलास?

नामा : आपण तो शिवायला दिला असल्यास, आपल्याच...

दुसरा : अरे अंगात शिरण्याची मारामार! घालायला म्हणून अर्धा चढवला तो उरलेला चढे ना आणि काढताही येई ना. माणसं बोलवून ओढून काढावा लागला, समजलास?

नामा : कदाचित् आपण... दरम्यानच्या काळात...

दुसरा : पंधरा दिवसात? लाज वाटते का लेका बोलायला? शिंपी आहेस का कोण? लक्ष नाही कामात. सारखं टाळ कुटत 'विठ्ठला, मायबापा!'... आता विठ्ठल देईल का भरून माझं कापड?

नामा : त्याला कशाला उगीच...

दुसरा : घ्या! त्रास आम्हांला झाला तरी चालेल! पैशापरी पैसे गेले, वर मनस्ताप...

नामा : मी आपली क्षमा मागतो. (वाकून हात जोडतो.)

दुसरा : माग तुझ्या बापाची. म्हणे, क्षमा मागतो! आधी कपडा भरून दे. दे नाहीतर हाणतो तुला. कसा येतो तुझा मायबाप तुला वाचवायला, तेच बघतो.

[आणखी दोघे येतात. हातात कपडे.]

तिसरा : पैरण सैल झाली.

चौथा : हा माझा कपडा नाही. माझा कपडा कुठं आहे?

नामा : शांत व्हा, शांत व्हा, मंडळी.

चौथा : माझा कपडा कुठं गेला, सांग आधी. भलत्याच कपड्याची बंडी शिवतोस?

नामा : ज्यानं दिला, त्यानंच नेला असणार.

चौथा : नेला असणार? (अस्तन्या सारीत) कपडा टाक आधी.

तिसरा : (पैरण दाखवीत) हा तुमचाच असणार! माझ्या पैरणीच्या कापडाची तुमची बंडी शिवलेली दिसते.

दोन : नाम्या, हरामखोरा...

[एकवटून नामाला धरतात.]

तीन
चार } : हाडं मोडून टाकतो, थांब, तुझी....

नामा : (शांत रसात) आपण थोर सज्जन. माझी हाडं मोडल्यानं तुम्हांला तुमची कापडं मिळणार असतील, तर खुशाल मोडा- शक्य असेल तर माझ्या चामड्याचे कपडे तुमच्यासाठी मी शिवीन....

दोन : नेहमीप्रमाणे आडमाप... नाहीतर आखूड!

तीन : तुझ्या चामड्याचे कपडे, म्हणजे बघायला नको.

चौथा : वर थोर, सज्जन म्हणून हिणवतोय्! चामड्याचे कपडे नकोत. माझं कापड टाक, चोरा!

नामा : शांत व्हा, शांत व्हा. एकचित्तानं इच्छा केली तर मोक्षसुद्धा मिळेल, तर यःकश्चित कपड्याचं काय?

तिसरा : तुझा कपाळमोक्ष करतो, थांब!

नामा : (आत हाका घालीत) आवले, आवले...

[आतून नामाची बायको येते.]

बायको : कितीन्दा सांगतलं, नाव चंद्रभागा हाय माझं. तर 'आवले, आवले' कशापाय हाकारता ऊठ सूट?

नामा : अग नावात काय आहे? शेवटी आत्मा हा नामातीत आहे, आव्–

बायको : चंद्रभागा. अन् मला काम हाय. कशापाय हाक घातली?

नामा : आतली कापडं आण आणि या मंडळींना दे बरं!

बायको : कुठली आनू?

नामा : असतील ती सगळी आण.

बायको : अवं पण ...

नामा : बघ तरी. असतील काही.

बायको : न्हाइती.

नामा : (उठून) मंडळी, मीच बघतो, तोवर आपण...

[आत जाऊन कापडे आणून नम्रपणे बाहेरच्या माणसांपुढे ठेवतो. बायको वैतागलेली.]

एक : ही कुठली कापडं?

दोन : आपल्यासारख्या इतरांची असणार.

तीन : म्हणजे ते शंख करणार!

चार : करीनात. ते आणखी हा चांडाळ काय ते बघून घेतील. भोगू द्या लेकाच्याला त्याच्या कर्माची फळं. आपल्याला कापडं मिळाल्याशी कारण. घडू द्या अद्दल लेकाच्याला. चला, न्या. हे मी घेतो. हे तुम्ही उचला.

[सगळे कापडे घेऊन जातात.]

नामा : (हात झटकीत) विठ्ठल, विठ्ठल.

बायको : आता त्या कापडांचे मालक येत्याल त्यान्ला काय द्याल?

नामा : ते माझा विठ्ठल बघून घेईल. तोच तर या विश्वाचा प्रपंच चालवतो.

बायको : व्हय. ईश्वाचा चालवतो. त्या घाईत तुम्हांला इसारतो. घरात खायला दाना न्हाई.

नामा : वाणी बिचारा देईल उधार. भला माणूस आहे तो. हे बघ, तू जा आणि त्याला विनंती कर ...

बायको : मला दुरून बघूनच भूत दिसल्यागत वरडाय लागतो तो. म्हंतो, 'ए बया, जा, हितं काही मिळणार न्हाई. मागचं देनं आदुगर चुकतं करा, मंग माल न्यायाला या.'

नामा : शिव शिव... व्यवहार त्यालासुद्धा चुकला नाहीच. पण अंत:करणानं भला आहे तो. तुकोबांच्या घराण्यातला आहे. चिडेल, रागवेल, पण देईल, बघ.

बायको : मी न्हाई जानार त्याच्याकडं. सगळ्या गावाला शोभा व्हायचं का न्हाई त्याच्याफुडं त्वांड वेगाडून? त्यात अंगावर ल्यायला योक धडुतं बी ऱ्हाइलं न्हाई. सम्दी फाटून फाटून गेलीत. (डोळ्यांना पदर लावते.)

नामा : आवले, चोखोबाच म्हणालेत, काय भुललासी वरलीया रंगा? अरे, ऊस डोंगापरी रस नोहे डोंगा. वरच्या वस्त्रांत काय आहे? अंतरंग स्वच्छ हवं, आवले.

बायको : कर्म स्वच्छ माझं. अंघुळीला पानी दीना पल्याडल्या हिरीचा मालक. कुत्र्यावाणी अंगावर येतोय्.

नामा : अरे पाणी म्हणजे तर देवाची देन. त्याला नको म्हणतो तो?

बायको : म्हंतोय्, तुझा नवरा माजोरी झालाय्. कामं करीत न्हाई. आम्ही पानी देनार न्हाई.

नामा : माज आला असला तर तो विठ्ठल-भक्तीचा. ठीक आहे. नदी तर आहे.

बायको : ती आटुन गेलीया. पान्याचा टिपूस नाही. म्हसबी भिजं ना तिच्यात.

नामा : (सचिंत) असं म्हणतेस?

बायको : आता म्हनाल, ठीक हाये. समुंद्र तर हाये! कुठल्या जल्माचं पुन्य माझं, म्हून तुमची बाईल झाले!

नामा : अग, शेवटी हे विठ्ठलाघरचे हिशेब असतात, आव् –बरं बरं... नाही म्हणत. आपण दु:ख करून काय होणार, चंद्रभागे?

बायको : असं म्हणून तुम्ही बसाल टाळ कुटत. मी काय करू? मी जातीच कशी माहेराला. परतून येनार न्हाई. (डोळ्यांना पदर.) मंग करा हवा तितका इठ्ठलाचा गजर... (आत जाऊ लागते.)

नामा : आवले...

बायको : (डोके जाऊन) आता परतुन आवले म्हंगाला तर जाऊन हिरीत उडीच घीन!

नामा : (थंडपणे) ते तरी तो विहिरीचा मालक करू देईल, तर! पाणी देत नाही आपल्याला, तर उडी कुठली घेऊ देईल तो भला माणूस? त्यात नदीही आटलेली...

बायको : माझं माहेरास्नं आनल्यालं सामान घेती न् ही जाती निघून. परतून येनार न्हाई... (तरातरा झोपडीत जाते.)

नामा : पांडुरंग... पांडुरंग...

एक आवाज: ओ.

[शिडीवर म्हणजे 'झाडा' वर बसलेले भूत 'ओ' देते आहे.]

नामा : (चमकून इकडे तिकडे पहातो. मग भासच असणार असे ठरवून) विठ्ठला, मायबापा...

भूत : काय रे नामा.

[नामा आता बऱ्यापैकी दचकतो. पुन्हा संशयाने सर्वभर पहातो. कुणी नाही. डोळे मिटून भजन करू लागतो. मधूनच एक डोळा किलकिला करून पहातो. कुणीच दिसत नाही. एक गरीब बाई हातात मूल घेऊन जाऊ लागते.]

बाई : (नामाकडे लक्ष लावून थबकते.) नामा...

नामा : (डोळे उघडून) पांडुरंग. कोण आहे ते?

बाई : मी, जानकी.

नामा : काय म्हणता, जानकीआक्का?

बाई : नामा, प्वार लई बीमार हाय बघ. स्वास लागलाया. डोळं उघडी ना. पानी बी पी ना. काय करावं कळं ना बघ. वैदूची दवा केली, त्येनं जास्तच झालं. मांत्रिक बी झाला. आज जास्तच हाय पोराचं. (डोळे पुशीत) उद्याची सकाळ बघंल वाटं ना.

नामा : (कळवळून) पांडुरंग, पांडुरंग. आक्का, बघू बरं तुमचं पोर... [बाई मूल दाखवते.]

बाई : तू यवढं देवाचं नाव दिस रात घेतूस. बघ तरी, काय झालं तर.

नामा : पांडुरंग... पांडुरंग. (मुलाच्या अंगावरून सात्त्विक गंभीरपणे दोनदा हात फिरवतो. त्याच्या कपाळाला, ओठाशी अंगारा लावतो.) पांडुरंग, पांडुरंग. (डोळे मिटून) विठ्ठल. विठ्ठल. विठ्ठल. [गजर करीत रहातो– संतपटातल्या संतासारखा.]

बाई : (वाट बघून) काय बी फरक न्हाई! काय तुझ्या टाळ कुटन्याचा उपेग, रे? त्यापरीस काय तरी कामधंदा तरी कर! शिंपीकाम तरी कर!

नामा : (जरा संकोच होऊन) आमुचा विठ्ठलाचा धंदा, नामा विठ्ठलाचा बंदा. जानकीआक्का, शेवटी नियतीचा न्याय कसा बदलणार? हे तुमचं बछडं नियतीलाच जर न्यायचं असेल...

बाई : (खवळून) नाम्या, मेल्या, जीभ कशी झडं ना तुझी? माझ्या प्वाराबध्धल असलं वंगाळ बोलतोस? तुझा मुडदा गाडला तो... (पोराला घेऊन बडबडत जाते.)

नामा : (ती गेल्यावर शांत रसात) आम्ही लटिके ना बोलू. विठ्ठल, विठ्ठल...

भूत : काय, रे, नामा?

[नामाला फिरून आश्चर्य. हा भास की हे खरे? भास असला तर कसा? तो नीट शोध घेऊ लागतो. झोपडीतून बायकोचे खदखदा हसणे ऐकू येऊ लागते. ती धावत बाहेर येते. हाती कपड्यांचा ढीग.]

बायको : (हरखलेली. आश्चर्यचकित.) अवं... अवं, ह्ये बगा काय ते! कित्ती कापडं! बया बया बया, सर्व्या परकारची कापडं!! (कापडे खाली आदळून त्यातली एकेक पाहून आणखी हरखत) काय तरी वं येकेक! ह्ये बगा किती मऊ सूत! आणिक ह्ये! गुलगुलीत! हा रंग बघतला का, कसा छ्यक् छ्यक् चमकतोय? आणिक ही तयार पैरन! ही नवी बंडी!

नामा : आवले...

बायको : (वैतागत) चंद्रभागा! (पुन्हा कापडांत हरवत) अगो बया बया बया.......!

नामा : (तिला हटकून) ही कुठली कापडं?

बायको : कुठली म्हंजी? घरातली. व्हा तसे. ह्ये मला चोळीला झ्याक् हाय– आन् ह्ये– आन् ह्ये–

नामा : घरात एवढी कापडं येतील कुठून? आणि इतकी उंची! मघा तर आपण होती ती सगळी कापडं देऊन टाकली–

बायको : व्हय.

नामा : मग ही कुठून आली?

बायको : म्या माझं सामान बांधाय घरात गेली तर ही कापडं! कापडंच कापडं!

नामा : अग पण ही आली कुठून?

बायको : (लक्षात येऊन) व्हय की. काय तरी बया. मी आत गेली तर कापडं व्हती!

[सुरुवातीचे एक, दोन, तीन, चार धावत येतात.]

चौघे : नाम्या, लेका, कमाल आहे तुझी! कमाल आहे. धन्य आहे!

नामा : काय झालं?

एक : अरे आधी अंगात न शिरणारी बंडी झकास अंगाला बसली की! ही काय! घरी जाऊन बायकोला दाखवायला बंडी अंगात सरकवतो तर काय? बंडी आरामात अंगात! मी उगीचच त्रास करून घेतला.

दुसरा : पैरणीचं कापड म्हणून मी पैरणच घरी नेली आणि पैरण तयार नाही म्हणून तुझ्यावर ओरडलो.

तिसरा : यांच्या कापडानं माझा कपडा शिवलास म्हणून तुला शिव्या घातल्या पण लेका कपडा माझाच वापरला होतास की! लब्बाडच आहेस!

[सगळे थक्क, स्तिमित. नाम्याचे लाड करतात. जानकीआक्का मुलासकट धावत येते. मूल तिचे बोट धरून धावते आहे.]

जानकी : (नाम्याचा चेहरा कुरवाळीत, बोटे मोडीत) नामदेवा, आरं, तुझा हातगुन किती रे जबरा! माझं प्वार बागडाय बी लागलं बघ! पड, राघ्या, पाया पड नामदेवबाबांच्या!

[पोराला नाम्याच्या पायावर बळेच घालते. स्वत: नाम्याला दंडवत घालते. परत उभी रहाते. नामा अचंबित. चक्रावलेला.]

बायको : (धावत आलेल्या चौघांना) अवं, ही बघा नव्हं? कापडंच कापडं. घरात जाती तर ही इकती कापडं. किती परकारची कापडं! आता काय म्हंगावं तरी काय, बया?

चौघे : (एकूण प्रकार क्रमशः डोक्यात शिरून) अद्भुत आहे! चमत्कार आहे! महिमा आहे!

[स्वत:ला चिमकुटे काढीत असलेल्या नाम्याच्या पायावर सर्व डोकी घासतात.]

नामा : (पाय हुळहुळून) अरे... अरे! पायांना गुदगुल्या होतात!

[दोन्ही पाय उचलून बसलेला. अजून थक्क, चक्रावलेला.]

चौघे : साधूपुरुष! सिद्धीच प्राप्त झाली असली पाहिजे! जय हो नामदेव महाराज की! ते नामदेव, त्यानंतर हेच! काय महिमा! अगाध! प्रत्यक्ष पांडुरंगाचा वरदहस्तच असला पाहिजे! चला, सर्वांना सांगायला हवं.

[घाईने पांगतात. जातात. बायको आणि नामा उरलेले.]

नामा : (स्तिमित आहे.) विठ्ठल, विठ्ठल.

भूत : ओ.

नामा : (पुन्हा हडबडत) कोण ते ओ म्हणालं?

भूत : विठ्ठल.

बायको : (नामाला) कुणासंग बोलतासा? हितं तर कोन न्हाई.

नामा : (साक्षात्कार व्हावा तसा उभा रहात) नाही कसं? आहे. तो सर्वभर आहे. इथं, तिथं, सगळीकडे आहे. चराचरात तो भरून उरला आहे. तो नाही कुठं? आवले– नव्हे, चंद्रभागे– मी तो आहे, तू तो आहेस. ते झाड तो आहे. हे वरचं आभाळ तोच आहे आणि ही पायतळीची जमीन तोच आहे. तो हा कपडा आहे, तो ही एकतारी आहे, हे टाळ तोच आणि हे हात तोच आहे... (टाळ आणि एकतारी वाजवीत) हा तो बोलतो आहे... (लयीवर डोलू लागतो.)

बायको : (संशयाने) बरे हायसा नव्हं?

[नामा अभंग गाऊ लागतो. हातच्या एकतारी, टाळांची साथ.

गाताना नाचू लागतो. अभंग-रंगी नामा रंगतो.]

नामा : **नामा धन्य झाला । त्याला विठ्ठल पावला ।।**
विठ्ठल सावळा । काय वर्णावा सोहळा ।।
विठ्ठलाचे ध्यासे केले । युगे जागरण ।
नामा होय एकतारी । त्याचे जिणे हो भजन ।।
भजनाचे रंगी । नामा बेभान नाचला ।।
विठ्ठल पावला। काय वर्णावा सोहळा ।।

[बायको 'ब्येस हायसा नव्हं?' 'अवं...अवं, तुमी असं काय करता!' असे पुन्हा पुन्हा विचारते आहे. नामा तल्लीन. माणसे जमतात. नामाबरोबर टाळ्या पिटीत गातात, डोलतात, नाचतात. शेवटी 'पुंडलीक वरदा'चा गजर होतो. नामाचे पाय अनेक जण धरतात.]

नामा : (पाय मागे घेण्याचे प्रयत्न करीत) अरे, अरे... माझे पाय... माझे कसले धरता पाय? त्याचे धरा... त्याला पहा... दादांनो, बाबांनो, आयांनो, बायांनो, त्या विठ्ठलाचे पाय धरा, त्याला शरण जा... तो तुमचा उद्धार करील, जसा त्यानं माझा केला. विठ्ठला, पांडुरंगा, मायबापा...

भूत : नामा...

[नामा पुन्हा स्तिमित.]

भूत : ऊठ सूट अशा चारचौघांसमोर मला हाका घालत जाऊ नको.

नामा : पण, पांडुरंगे, विठ्ठले, तुला नाही तर कुणाला हा नामा आता हाका घालणार? तू माझी माऊली, तू माझी साऊली...

भूत : माऊलीला ऊठ सूट हाका घातल्या की मार मिळतो, ठाऊक आहे? आणि मी तुझी माउली बिउली कुणी नाही.

नामा : देवा, जशी तुमची मर्जी.

लोक : (एकमेकांत कुजबुजत) साक्षात् देवाशी बोलतात! कमाल आहे.

सिद्ध पुरुष! अवतार!

१ बाई : (नामाच्या बायकोला) थोर हो तुमचं सौभाग्य. असल्या देव-माणसाशी तुमचं लगीन झालं.

२ बाई : सती साध्वी. (नामाच्या बायकोच्या पायांवर डोके ठेवते.)

[नामाची बायको गोंधळते, लाजते. 'अवं, अवं– माझ्या पायावर कशापाय?' म्हणते.

सगळे नामाच्या पायांवर डोई ठेवू लागतात. दरम्यान चौघे जण पताका, पालखी, असे काही आणून रंगमंचावर मांडतात. पताकेवर 'श्री संत नामामहाराज की जय' लिहिलेले.]

नामा : (पाया पडणारांना पुन्हा पुन्हा) नको... नको.... अरे, नको मंडळी, माझे कसले पाय धरता? मी तुमचे पाय धरायचे....

लोक : भलतंच काय, महाराज! छे, छे!!

नामा : मी तुमचे कपडे वेळेवर दिले नाहीत. मी ते मापात बिघडवले. मी कापडांची अदलाबदल केली...

लोक : असं बोलून भक्तांना लाजवू नये, महाराज! आपले हात आमच्या कापडांना लागले, कापडं धन्य झाली. चला रे, महाराजांना विश्रांती घेऊ द्या. येतो महाराज.

[सगळे जातात. रंगमंचावर नामा आणि बायको.]

बायको : (भोवती बघत) काय झालं वो ह्ये? इस्वासच बसं ना. सपान वाटतंय्, सपान.

नामा : (शांत रसात न्हालेला) विठ्ठल, विठ्ठल. आजवर आपण जगलो ती माया होती, आवले. हे जग ही माया आहे. खरं तेवढं एक : विठ्ठल.

भूत : नामा, आटप. मला तुझ्याशी एकीकडे काही महत्त्वाचं बोलायचं आहे. बायकोला पाठव आत.

नामा : हो. आवले, तू जरा आत जाऊन स्वयंपाकाला लाग. शेवटी

संतांनाही अन्नग्रहण चुकलं नाही.

बायको : पर घरात तर जुंदळ्याचा दानाबी न्हाई–

नामा : विठ्ठला–

भूत : हाका घालू नकोस. व्यवस्था केली आहे.

नामा : जो तोंड जन्माला घालतो, तो दाण्याची व्यवस्था करतोच, आवले... अग, हे विश्व ही त्याचीच किमया आहे. जा. घरात भरपूर धान्य आहे. तू स्वयंपाकाला लाग.

[बायको साशंक आत जाते. नामा एकटा.]

नामा : विठ्ठला, पांडुरंगा, रखुमाईनाथा–

भूत : थांब.

[घरातून बायकोचे खदखदा हसणे.]

बायको : (आतून धावत येऊन नव्याने हरखत) केवढं धान हो... सम्दी भांडी भरली बघा... बाजरी हाय.... जुंदळा हाय ... गहू हाय...

नामा : आहे ना? जा तर मग. स्वयंपाक कर, तोवर मी थोडं ध्यान करतो.

बायको : करा. चांगलं ध्यान करा बरं का. म्हंजी अजून काय काय मिळंल. (जाते आत तरातरा.)

भूत : वाटलंच होतं, तुझी चंद्रभागा येणार उलट धावत म्हणून.

नामा : (संताच्या सात्त्विकपणे) तोंडाची जरा कजाग असली तरी मनाची भोळी आहे बिचारी.

भूत : आहे ना? असू दे. तुझा एक मूर्ख गैरसमज मला आधी दूर केला पाहिजे.

नामा : देवा...

भूत : तेच!

नामा : देवा–

भूत : तेच!

नामा : (डोळे झाकलेले आणि सर्वभर) देवा... देवा...

भूत : तोच तो गैरसमज.

[शिडीवरून उतरून नामासमोर जाऊन उभे.]

भूत : आता नीट बघ. डोळे साफ उघडून बघ. माझ्याकडे बघ.

नामा : देवा... (डोळे उघडतो. बघतो. धक्का बसतो.) दे...वा...

भूत : नीट बघ. इकडे तिकडे बघू नकोस.

नामा : तुम्ही असे कसे, देवा ...? (अजून धक्क्यातून सावरत नाही.)

भूत : 'देवा, देवा' म्हणणं आधी बंद कर. देव काय असा असतो, गाढवा?

नामा : (नकळत) दे... वा...

भूत : तो कसा असतो हे मलाही ठाऊक नाही. पण माझ्यासारखा नक्कीच नसतो.

नामा : आपण...?

भूत : मी भूत. विठ्ठल जोश्याचं भूत. या गावातच मी पन्नास वर्षांपूर्वी रहात होतो. पिढीजाद भिक्षुकीचा आमचा व्यवसाय. तरुण वयातच मला फार वाईट रित्या मरण आलं. लग्नकार्य झालं नव्हतं. आयुष्य सुरूही झालं नव्हतं तेवढ्यात ते संपलं. इच्छा वासना अपुऱ्या राहिल्या. म्हणून मी भूत होऊन फिरू लागलो.

नामा : पण, देवा...

भूत : चूप म्हणतो ना. पुन्हा तो शब्द विटाळू नकोस. भुताला देव म्हणतोस? उद्या हडळीला देवी म्हणशील! नरकात जाशील. तर मूळचे संस्कार मवाळ असल्यानं भूत म्हणूनही कुणाला माझा उपद्रव कधी झाला नाही. उलट क्वचित् मदतच होई. कुणाच्या लक्षात न येता मी या गावात आहे. क्वचित् कुणाला काही जाणवतं. पण भुताटकीचा संशय कसा येणार? भुताटकी

म्हणजे घाबरवणारी, त्रास देणारी, असाच सर्वांचा समज. तुला मी तुझ्या लहानपणापासून पहात आलो. तू जन्मजात व्यवहार-मूर्ख आहेस, हे मी केव्हाच ओळखलं होतं. तुला मदत करण्याची माझी मुळीच इच्छा नव्हती. कारण मूर्खाला कोण किती सांभाळणार? त्यात तुझ्या टाळक्यात अध्यात्माचं वारं गेलेलं... पण गेले काही दिवस तुझी चाललेली परवड, का कुणास ठाऊक, मला पाहवे ना. त्या समोरच्या झाडाला उलटा लटकत मी ती पहात असे. नकळत मला तुझी दया येऊ लागली. आणि आज शेवटी तुझ्या मदतीला मी धावलो.

नामा : म्हणजे...?

भूत : घडले ते चमत्कार मी केले. तो ईश्वरी महिमा नव्हता. ती शुद्ध भुताटकी. मी ती केली. मी, विठ्ठल जोश्याच्या भुतानं. तुझ्यासाठी नव्हे, मलाच न राहवून. कापडं मी तुझ्या झोपडीत आणली. धान्य मी ठेवलं. आणि त्या जानकीआक्काच्या पोराला साधी झीट आली होती. ते आपोआपच बरं झालं.

[सुन्न नामा हबकून खाली बसलेला. तोंडून शब्द फुटत नाही.]

भूत : (नामाची अवस्था जाणवून) असा केविलवाणा होऊ नकोस. ईश्वरी महिमा नाही तर नाही, मी तर तुझ्या अडचणी दूर करायला धावलो ना? भूत असलो म्हणून काय झालं? अरे सर्वांनाच ईश्वर भेटत नसतो. अनेकांना तर भूत देखील भेटत नाही. उलट, उपद्रव देणाऱ्या भुताऐवजी माझ्यासारखं मदत करणारं भूत भेटलं, यात धन्यता मान. पिशाच्च लोकात सुस्वभावी रहाताना आम्हांला काय त्रास होतो ते तुम्हां जिवंत माणसांना कळायचं नाही.

नामा : (अजून केविलवाणा) पण मग लोक समजतात प्रत्यक्ष विठ्ठलच...

भूत : तो त्यांचा भ्रम तसाच राहू दे. मी कुठं कुणाला दिसणार

आहे? मी आपला न दिसताच कामं करीन. शिवाय मीही विठ्ठलच आहे. फक्त एकच: वेळी-अवेळी मला उगाच हाका घालणं बंद कर. आम्हांला पिशाच्च-लोकातही कामं असतात. बरं, मी आता निघतो. तुझ्यासाठी केलं ते बिनबोभाट निस्तरायचं अजून बाकी आहे.

नामा : म्हणजे?

भूत : म्हणजे काय? तुझ्या घरात धान्य, कपडे आले ते काय हवेतून आले की काय? ते सगळं कुणाकुणाच्या घरा-दुकानांतून अदृश्य स्वरूपात उचलून आणलं. बोंब व्हायच्या आत ते मला मुळाबरहुकूम करायला हवं. त्यासाठी आणखी कुठून तरी पळवायला हवं...

नामा : म्हणजे?

भूत : अरे म्हणजे काय, म्हणजे? भुतांना हवेतून काहीच उत्पन्न करता येत नाही. ती फक्त याचं त्याला उचलून देऊ शकतात.

नामा : अरेरे... म्हणजे ते सगळं चो...

भूत : भूतलोकात चोरी नावाचा गुन्हा नाही. चोरी हा आमचा त्यातहार असतो. जाऊ दे. चल, मी निघतो. काम लागेल तेव्हांच मला बोलाव.

नामा : (अजून सुन्न. घशाला कोरड.) शिव शिव. (उठून सुन्न स्थितीतच झोपडीत निघून जातो.)

[भूत आता शिडीकडे येते. शिडीवर चढून बसते.
शिडीवर प्रकाशझोत येतो.
रंगमंचावरचा प्रकाश विझतो. आता तेथे दृश्य बदलले जाते. भूत बोलू लागते.]

भूत : दया ही जगातली मोठी चूक. इथे पिंपळाच्या झाडावर बसल्या बसल्या नाम्या शिंप्याची मला दया आली. नाम्यावर दया

दाखवण्याच्या निमित्तानं माझाच चेचून निघालेला अहंकार मी कुरवाळीत सुटलो. एरवी माझ्याशिवायही नाम्याचं चालत होतंच; तसंच पुढे चाललं असतं. तो काही मरत नव्हता! तो टाळ बडवत होता तो वेगळ्या विठ्ठलाच्या नावानं आणि मी कारण नसता मध्ये तडमडलो. जन्मभर केला तो अविचार जणू कमीच झाला म्हणून हा आणखी केला.

[भुतावरचा प्रकाशझोत विझतो. मागे रंगमंचावर दृश्य-बदल. नामाचे घर जाऊन तुंबाजीबोवांचे मंदिर आले आहे. हेही घरासारखेच सूचक; फारसे तपशील नसलेले.]

दृश्य : ३रे

[तुंबाजीबोवांचे मंदिर. झुळझुळीत भगव्या पायघोळ कफनीत तुंबाजीबोवा. अंगाला भस्म. दिसण्याला लबाड आणि तेज:पुंज. मूठभर श्रोत्यांपुढे ते कीर्तन करताहेत. वाणीत गोडवा. गळा मधुर. निरूपणात विद्वत्तेचा आव. साथीला शिष्य जटायू.]

तुंबाजी : **सुरस मधुर वेणू**
वाजवितो रुणूझुणू ।
विकल होत आहे प्राणू
भेटी कारणे ।।
सकल सांडोनी आस
तया लागी उदास ।
फिरे स्वामी रामदास
वेधू लागला हरीचा ।।

[कीर्तनाचा समारोप होतो: 'हेची दान देगा देवा,' 'पुंडलीक वरदा' इत्यादी.
मूठभर श्रोते पाया पडून जातात.
फक्त शिष्य जटायू उरतो. जमलेली चिल्लर दक्षणा गोळा करून मोजतो आहे.]

तुंबाजी : बेटा जटायू...

जटायू : (नाणी मोजत) स्वामी.

तुंबाजी : दोन दिवस झाले, आमच्या कीर्तनाला पूर्वीसारखी गर्दी होत नाही. असं का बरं झालं असावं?

जटायू : (विनम्रपणे पण नाणी मोजत) अखेर चमत्काराशिवाय नमस्कार नाही.

तुंबाजी : म्हणजे?

जटायू : म्हणजे हेच की आपण चमत्कार करीत नाही.

तुंबाजी : विशुद्ध अध्यात्मात चमत्काराच्या चिल्लर जादूगिरीला जागा नाही.

जटायू : चमत्काराच्या जादूगिरीशिवाय कुणाची साधुगिरी लोक मानीत नाहीत त्याला काय करणार? लोकांच्या मते आपण केवळ कीर्तनकार, म्हणजे देवाच्या नावानं लोकांचं रंजन करणारे हुन्नरी कलाकार आहात. औद्धत्याबद्दल क्षमा असावी.

तुंबाजी : आमच्या 'हुन्नरा' वर भाळूनच काल-परवापर्यंत आमच्या कीर्तनाला गर्दी उसळत होती!

जटायू : गेले ते दिवस. मीच तर या हातांनी दक्षिणा गोळा केली.

तुंबाजी : अचानक असं काय झालं की लोकांनी आमच्याकडे पाठ फिरवली?

जटायू : लोकांनी पुढा करावा असं दुसरं काहीतरी त्यांना मिळालं.

तुंबाजी : असं? काय असेल ते?

जटायू : शिंपी.

तुंबाजी : शिंपी?

जटायू : नामा नावाचा शिंपी. आपल्याच गावचा. आता त्याचा संत नामा झाला आहे.

तुंबाजी : म्हणजे तो, वेळेवर कपडे न देणारा?

जटायू : तोच तो. आता तो कपडे वेळेवर देत नसला तरी चमत्कार करतो.

तुंबाजी : चमत्कार?

जटायू : होय, चमत्कार. लोक त्याच्या चमत्कारावर निहायत फिदा आहेत. गेल्या दोन दिवसांपासून किमान बावीस चमत्कार करून दाखवले अशी बातमी आहे.

तुंबाजी : अरे! तो तर मामुली शिंपी!

जटायू : त्याला म्हणे विठ्ठल प्रसन्न झाला आहे.

तुंबाजी : काय? विठ्ठल?

जटायू : होय, गुरुजी.

तुंबाजी : अशक्य.

जटायू : तेच घडलं आहे.

तुंबाजी : खरं म्हणतोस?

जटायू : तुमच्याशी खोटं कशाला बोलू? खरं बोलून देखील काही मिळत नाही. उत्पन्न घटलं. नाम्याच्या खेळाला गर्दी होऊ लागली, आपला तंबू ओस पडू लागला.

तुंबाजी : नाम-संकीर्तनाला तमाशाचा तंबू म्हणतोस, अधमा?

जटायू : औद्धत्याबद्दल पुन्हा एकवार हवी तर क्षमा मागतो. मी लोकांच्या नजरेनं काय दिसते ते बोलत होतो. तमाशाचा झाला काय आणि कीर्तनाचा झाला काय, खेळच. एरवी केवळ चार चमत्कारांची हूल उठताच नामसंकीर्तन टाकून कोण आपल्या याला... पाय लावून धावत सुटेल? नामसंकीर्तन करा की तमाशा, लोकांच्या दृष्टीनं सर्व एक: करमणूक. त्यातल्या त्यात उजवी करमणूक ते शोधणार आणि त्यांना हवी तीच ते पत्करणार.

तुंबाजी : (विचारात) नाम्या शिंप्याला विठ्ठल प्रसन्न? काहीतरी चुकतंय असं वाटतं.

जटायू : विठ्ठल तर चुकणं शक्य नाही.

तुंबाजी : सर्व सोडून हा नाम्या विठ्ठलाला कुठून दिसला?

जटायू : तो मुळातला प्रसिद्ध विठ्ठलभक्त नामदेव– म्हणजे नाम्या शिंपीच: हाही नाम्या शिंपीच. नामसादृश्यानं विठ्ठलाची नजर याच्यावर पडली असणार.

तुंबाजी : काही केल्या पटत नाही.

जटायू : गुरुजी, मला वाटतं, ते असंच आहे. तुमचे आमचे हिशेब

विठ्ठलाला मान्य नसावेत. एरवी याआधीचे संत तरी त्याला का दिसले? कुणी जातीबाहेर वाळीत टाकलेला पोर, तर कुणी वाणी, तर कुणी कुंभार, तर कुणी... अरेरे!– खेचर!

तुंबाजी : (विचार ठरवून) जटायू, आपण या नव्या संत नामदेवाला जातीनं भेटायलाच जाऊ या.

जटायू : चला की. मलाही उत्सुकता होतीच. जो तो त्याच्या चमत्कारांचं वर्णन करतोय. काय तर म्हणे महादेवाच्या मंदिरातल्या समया आपोआप पेटल्या आणि केवड्याच्या सुगंधासारखा सुगंध सर्वभर दरवळला. चला, गुरुजी! जय गुरूदेव.

[पताका उचलून जटायू पुढे; मागून तुंबाजी, असे निघतात.]

दृश्य : ४थे

[दृश्य बदलते.
तुंबाजीचे मंदिर पालटून त्या जागी नदीचा घाट येतो. लांब एक झाड. नीट पाहिले तर हे भूतच, झाडाचे सोंग घेऊन उभे. लोक जमलेले आहेत. यातच तुंबाजी आणि जटायू येऊन एकीकडे उभे रहातात.
'आले', 'आले' असा गजर.
पुढे दोन भक्त आणि मागून नाम्या येतो. जवळ एकतारी, चिपळ्या.
नामाचा जयजयकार.
नामाच्या चालण्या-वावरण्यात, चेहऱ्यावर आता कायम एक बावरलेपणा. झोपेत चालणाऱ्या माणसाप्रमाणे त्याचा चेहरा. लोक पायांवर लोळण घेत आहेत. यात अहमहमिका. नामा पाय चोरत आहे. हे पहाणाऱ्या तुंबाजीच्या मुद्रेवर असूया. त्यानंतर लोक दूर होऊन उभे रहातात.]

नामा : (एकीकडे लोकांनी डोकी घासून हुळहुळलेले पाय मधून मधून खाजवीत) बसा.

सगळे : (एका आवाजात) नाही, नाही, आपण बसा, गुरूदेव.

नामा : (बसून आवंढे गिळीत) मी मी... कसला... गुरू... मी तर साधा शिंपी...

सगळे : (एकमेकांत एका आवाजात) काय नम्रता! अहंकार म्हणून नाही.

नामा : अहंकार कसचा? मी कपडे शिवणारा. चाकर आपला. आपलं समाधान माझा परम संतोष.

सगळे : (एकमेकांत एका आवाजात) केवढा साधेपणा. गर्व कसा तो नाही. नाहीतर ते तुंबाजी महाराज!

[तुंबाजी आणि जटायू यावर एकाच वेळी एकमेकांकडे पहातात. जटायू तुंबाजीचा संकोच जाणवून लगेच दुसरीकडे पहातो.]

नामा : (आवंढे गिळीत) आपल्याला– संतोष देणं देखील– मला कधी जमलं नाही. असंतोषाचाच धनी होत आलो. दूषणं घेतली. मी– तोच आहे. मला कसलीच– सिद्धी प्राप्त झालेली नाही. विठ्... (जीभ चावून) पांडुरंगापुढे मी यःकश्चित पामर. महान पापी. त्याची कृपा माझ्यावर व्हावी अशी माझी खरोखर योग्यता नाही...

सगळे : (एकमेकांत एका आवाजात) शालीनपणा पहा... हे संताचं लक्षण. नाहीतर तुंबाजी!

नामा : देवाशपथ सांगतो, मी कुणी संत महंत नाही...

सगळे : (एकमेकात एका आवाजात) हा संतांचा साधेपणा. तोची साधू ओळखावा!

नामा : असं बोलून लाजवू नका.

सगळे : (एका आवाजात गजर करतात) संत नामदेव महाराज की जय.

नामा : (कळवळून) अरे... तो फार मोठा माणूस! पांडुरंगचरणी पोचलेला. केवढी त्याची पुण्याई! मी आपला साधा नामा शिंपी. तुमची शपथ. हे चमत्कार बिमत्कार खरं नव्हे... ते... ईश्वरी चमत्कार आहेत असा तुम्हां लोकांचा उगीच समज...

[मागून जोरदार हिसका बसल्यासारखा होतो. नामा मागे पहातो.]

भूत : (झाडाच्या सोंगात, पानांआडून) तुला काय वाटलं, मी हजर नाही? खबरदार खरं बोलशील तर! आपलं रहस्य फोडशील तर तू आहेस आणि मी आहे. आणि मी तुझ्या मागेच आहे.

नामा : (असहायपणे) बरं... विठ्ठला...

सगळे : (एकमेकांत एका आवाजात) पाहा! महाराजांशी विठ्ठल बोलतो!

साक्षात् ईश्वराशी संभाषण! ओहोहो! कशी समाधी लागली आहे!

नामा : (लोकांना) पहाता काय?

१ जण : काही नाही, बोला, महाराज. चालू द्या देवाशी सुखसंवाद. नाही, चालू द्या.

नामा : दे... (जीभ चावतो) संपला. संवाद संपला.

सगळे : तर मग, बोवा, आता आम्हांला काही उपदेश व्हावा. गुरूपदेश.

नामा : गुरूप्– देश?
[सगळे सावरून बसलेले. नामा हैराण. कुचंबलेला.]

नामा : (घाम टिपीत) मी कसला... (आवरून) हो, गुरुपदेश. तर... (पुढे जीभ चालत नाही.)

भूत : (मागून) गुरुपदेश दे. दे म्हणतो ना...

नामा : (मागे न पहाता) तर...

भूत : बोल. बोलत सूट. घाबरू नकोस नाहीतर भांडं फुटेल. बोल म्हणतो ना...

नामा : संसार हा कसा आपला... तो... कापडाच्या सणंगासारखा आहे. हो. उलगडावा तेवढा थोडा. कुणाच्या वाट्याला खरबरीत भरड, तर कुणाला मऊ रेशमी... पण शेवटी विणकर एकच आहे. माग लावले आहेत. अखंड चालू आहे, विणकाम... सर्व त्याची किमया... (अशक्त सुरात) त्याची...

सगळे : (एका आवाजात) ओहोहो! काय वाणी आहे. काय जादू आहे! विणकाम चालू आहे. त्याची किमया!

नामा : (धीर चेपून) तर कपडा शिवायचा आहे. काय करायचं आहे? कापडाला कातरी लावल्याशिवाय... कपडा शिवणार कसा? टाके घालायचे आहेत. सुई खुपसल्याशिवाय... आपला तो...

आकार... आकार कसा येणार? कातरी लागली पाहिजे, सुई खुपसली पाहिजे, त्याशिवाय कपडा तयार होणार नाही, कपडा तयार झाला नाही तर कापडाचं सार्थक नाही. (आता अस्खलितपणे) आलेला जन्म कारणी लागायचा तर संसारताप अटळ आहे. टाके पडणार, फाडतोड होणार. यातून सार्थक मिळवायचं तर एकच मार्ग– विठ्ठल! एकच इलाज: विठ्ठलाला शरण जा! एकच उत्तर: विठ्ठल, विठ्ठल! (मागून भुताने हिसका द्यावा तसा होऊन पण मागे न पहाता) म्हणजेच, पांडुरंग... मी विठ्ठलाला हाका मारत नव्हतो.

भूत : (पानांआडून) चूप! एक चूक दुरुस्त करायला जाऊन नवीन दहा करू नकोस. भजन कर, भजन...

नामा : तर मंडळी शेवटी, विठ्– नव्हे, पांडुरंगाला शरण जाऊ या. कुणाला? पांडुरंगाला. तर म्हणा...

[नामा 'पांडुरंग' 'पांडुरंग' चा गजर सुरू करतो.
सर्व सामील होतात.
जटायू आणि तुंबाजी तेवढे बघ्ये.
इतर यांच्याकडे पाहू लागले की हेही तात्पुरते टाळ्या पिटत सामील झाल्यासारखे दाखवतात; पुन्हा पूर्ववत् उभे. भजनाला रंग चढतो. नामा धरून सर्व नाचू लागतात.
आणि बघता बघता नामाच्या मागचे 'झाड' म्हणजे भूत नाचल्याप्रमाणे डोलू लागते. लयीत नाचते. मग झपाटल्यासारखे नाचत रहाते.]

१ : (लक्ष जाऊन) अरे, ते बघा. ते बघा झाड नाचतंय्!

[सर्व बघतात.]

सगळे : झाड नाचतं! झाड नाचतं!

[झाड आता स्थिर झालेले.]

२ : (गहिवरून) अगाध! महाराजांचा महिमा अगाध! (नामाला शरण जाऊन) ज्ञानेशांनी भिंत चालवली; संतमाउली, आपण झाड नाचवलंत!

नामा : (आवेगाने) मी ना... (आवरून) मी कसलं, ही सर्व त्याची किमया. त्याची. (आवंढा गिळतो.) पांडुरंगाची.
[सगळे नामाच्या पायाशी.]

३ : (एकाएकी उसळून) जय हो गुरुमाउली की! हे बघा. हे बघा. (सगळे बघतात.) माझ्या खिशातून शिवलिंग निघालं! हाताला काहीतरी लागलं म्हणून खिशात हात घातला तर... (नामाच्या पायावर लोळण घेतो.) जय गुरुमाउली!

सगळे : शिवलिंग! शिवलिंग! महाराज या भक्तावर विशेष प्रसन्न झाले!

४ : महाराज, आमच्यावर पण कृपा करावी. प्रसाद द्यावा.

नामा : (गोंधळून) प्रसा-द? (आसपास पहातो. देण्याला काही नाही. पेचात.) प्रसा..द...

४ : (पाठीत धपाटे बसू लागावे तसा) ओय! ओय! अरे बाप रे! नको! मेलो! वाचवा! (नामाच्या पायांवर लोळण घेतो.) वाचवा, गुरूदेव!

काही भक्त : (एका सुरात) पापी. महाराजांनी भली शिक्षा दिली. हात न उचलता मार दिला. तपश्चर्येचं बळ पहा. ईश्वर सगळं घडवतोय. (४ला) चल ए, जा तिकडे. काळं कर तोंड. पापी कुठला!
[त्याला हुसकून घालवू लागतात.]

आणखी काही भक्त : (एका सुरात) चूक! त्याला प्रसाद मिळाला. गुरूप्रसाद असा देखील असतो. तुम्हांला काय ठाऊक आहे? मोठमोठ्या साधूपुरुषांनी त्यांच्या लाडक्या भक्तांना असं बडवलं आहे...

पण प्रेमानं. आई नाही का मुलाला मारीत? ये रे असा. काय भाग्यवान माणूस! आम्हांला प्रसाद नाही दिला. याला दिला. [त्याला आपल्यात घेतात.]

पहिले काही भक्त : घालवा त्याला.. द्या हाकलून... तो पापी आहे..

इतर : नाही, तो पुण्यवान् आहे.. रहा रे तू...
[मार खाल्लेल्या त्या भक्ताची भक्तियुक्त ओढाताण. हमरी - तुमरी.]

१ : थांबा. गुरुदेवांनाच कौल देऊ द्या.

२ : गुरुदेव, कौल द्या.
[नामा शिंकतो.]

पहिले काही: नाक! नाक! गुरूदेव 'ना' 'ना' सुचवतात. म्हणजे पापी.

दुसरे काही : चूक! शिंक. गुरूदेव 'आक्षी' म्हणाले. म्हणजे बरोबर! हा पुण्यवान्.
[नव्याने ओढाताण आणि हमरी तुमरी.]

जटायू : (तुंबाजीला एकीकडे) काय गुरूदेव, प्रत्यक्षच दिसलं ना? आहे का नाही चमत्काराला नमस्कार?
[तुंबाजी ओठ चावीत मिशीवर पीळ भरतो आहे.]

जटायू : मग निघायचं परत? का होऊ या, या 'ना' 'ना' पंथात सामील?

तुंबाजी : सामील? हा तुंबाजीबोवा तुला वाटला कोण? कच्च्या गुरूचा चेला नव्हे मी.

जटायू : मी आहे... (गडबडीने सुधारून घेत), म्हणजे तुमच्या मागे आहे, असं म्हटलं मी.

तुंबाजी : चल इथून. माझ्या मेंदूत आता एक अद्भुत योजना शिजू लागली आहे. परत जाऊन तिचा खल करू. संत नामदेव

महाराज म्हणे! हुं:!

[दोघे निघतात.

फेऱ्या घालून एकीकडे येतात. मागचे दृश्य माणसांसकट पालटते. त्या जागी गावाबाहेरचे एखादे ठिकाण.]

तुंबाजी : शुद्ध खुळेपणा. ईश्वरी कृपा बिपा सब झूट.

जटायू : सब झूट?

तुंबाजी : थोतांड. एक प्रचंड थोतांड.

जटायू : कशावरून?

तुंबाजी : झाड नाचलं हा कसला दैवी चमत्कार?

जटायू : आणि शिवलिंग ?

तुंबाजी : ती तर लबाडी.

जटायू : मार? त्या दुसऱ्या माणसाला बसलेला?

तुंबाजी : मी पुराव्याशिवाय बोलत नाही. पण नाम्यावर विठ्ठल प्रसन्न झालेला नाही, हा सगळा नुसता बनाव आहे.

जटायू : पटत नाही... (जीभ चावून) औद्धत्याबद्दल अर्थातच नेहमीप्रमाणे क्षमा. पण जे प्रत्यक्ष डोळ्यांनी पाहिलं ते नाकारणं म्हणजे आपल्यासारख्यालाच ते शोभतं. आम्ही तर पामर-

तुंबाजी : (मिशीवर पीळ भरीत) हे बिंग उघडं करून दाखवीन तरच नावाचा तुंबाजी.

[निघतो. मागोमाग पताका उचलून जटायू घाईने धावतो.]

दृश्य : ५वे

[दृश्य बदलून नामाच्या घराचे दृश्य आलेले. नामा येऊन बसतो. फार अस्वस्थ. जवळ एकतारी.
बाजूला बायको येऊन बसते. ही खुशीत.]

बायको : लई मजा हाये बघा! दैव फळफळलं म्हना की. काय कमती म्हून न्हाई. उगा तुमाला न् तुमच्या टाळकुटंपणाला बोल लावत व्हती. आता मला वं का ठाव की, ह्यो धंदा इतका तेजीत चालंल त्यो? आता सोडू नगा बरं का. गंगा वहाती हाय तंवर हात धुऊन घिऊ या. कोटकल्यान व्हनार आपलं.
[नामा उदास.]

बायको : मी झोपतो. तुमीबी झोपा. दैवी किरपा झाल्यापून झोप उडाली तुमची. पैले बरे झोपत व्हता. काय झालं तरी झोप हवीच मानसाला. (आत जाते.)
[नामा मनस्वी अस्वस्थ. झोपडीचे दार लावून घेतो.]

नामा : विठ्ठला.
[काही घडत नाही.]
विठ्ठला.
[काही घडत नाही.]
मी तुला हाक घालतोय, विठ्ठला.
[आता भूत प्रकट होते, म्हणजे कोठून तरी येऊन उभे रहाते.]
सोडव. जास्त सहन होई ना बघ. केवढी ही फसवणूक! पेलत नाही. भोळेभाबडे लोक, त्यांना देवाच्या नावानं बनवायचं! छी, छी. यापरीस कपडे वेळेवर शिवून न दिल्याच्या शिव्या खाणं परवडलं.
[तुंबाजी गुप्तपणे एकीकडे येऊन आडोशाला ऐकत उभा रहातो. त्याला भूत दिसत नाही. ऐकूही येत नाही. पण नामाला

दिसते आणि ऐकू येते.]

नामा : अरे, ही पापं कुठं फेडणार? अन्न विषासमान झालं.. झोप पारखी झाली. जिवाला रात्रंदिवस टोचण्या लागल्या आहेत. तुझ्या पाया पडतो, हात पसरतो, सोडीव.

भूत : आता तर कुठं खेळ सुरू झाला आहे.

नामा : मला सहन होईनासं झालं आहे.

भूत : होईल सवय.

नामा : नको. नको ती व्हायला. आतापर्यंत खुळा म्हणून जगलो. लबाडीची सवय नाही. वाटतं, ओरडून सांगावं, विठ्ठल नावाच्या भुताचा हा सगळा प्रकार आहे, पंढरीच्या विठ्ठलाला यात गोवू नका...

भूत : चूप. कुणी ऐकेल.

[तुंबाजीच्या मुद्रेवर रहस्य उकलल्याचा आसुरी आनंद.]

नामा : ऐकू दे. एकदा सगळं संपून तरी जाईल.

भूत : इतकं सोपं वाटलं तुला ते? या खेळातून आता अशी मध्येच माघार नाही.

नामा : का नाही?

भूत : भांडं फुटलं तर तुझं काय होईल आहे ठाऊक? सत्यानाश करतील. देशोधडीला लावतील. जाळून मारतील सुद्धा. लोकक्षोभ साधा नसतो.

नामा : मी क्षमा मागेन.. पायांवर लोळण घेईन.. प्रायश्चित्त घेईन...

भूत : सूडाला पेटलेली माणसं भुतांहून भयंकर असतात.

नामा : पण मला आता सहन होत नाही...

भूत : काय वाईट चाललंय तुझं? सर्व काही मिळू लागलंय्. अन्नाला महाग होतास, आठवतं?

नामा : तसा पुन्हा होतो हवं तर. सर्व परत घे, पण मला सोडव.

भूत : मूर्खासारखा बडबडू नकोस. थोडं सहन कर. सवय होईल. माणसं अशीच बिघडतात. आधी त्रास होतो, पुढं वळण पडतं. अरे, अजून काय झालं आहे? खरं तर अजून पुढेच आहे...

नामा : वेड लागेल मला. ओरडत सुटेन, भुताटकी! भुताटकी! दैवी कृपा नव्हे, बापहो, भुताटकी...

भूत : चकार शब्द तर उच्चार! माझा 'तो' इंगा अजून तुला ठाऊक नाही. (स्वर बदलून) हे बघ नामा, तुझ्या परिस्थितीकडे पाहून, तुझ्या कळवळ्यानंच तर यात मी पडलो. एरवी यात माझा काय लाभ आहे? भुताला मालमत्ता नसते, त्याला फक्त एक भयाण आणि एकाकी जिणं असतं. तुझ्यासाठी मी सगळा घाट घातला आणि तूच आता कच खातोस?

नामा : तसं नव्हे पण...

भूत : पापाला भिऊ नकोस. पापंच पापं केलेले कैक जण स्वर्गात मजेत आहेत आणि अनेक पुण्यवंत आमच्या भूतलोकात खितपत आहेत. तुला लहानपणी शिकवलं त्यावर जाऊ नकोस. पापं करणारांनी त्यांचं बरं चालावं म्हणून पुण्यवंतांना जन्मभर मूर्ख ठेवण्यासाठी निर्माण केलेली ती व्यवस्था आहे.

नामा : पण, देवा...

भूत : देवाचा धाक घातला की मूग गिळून तुम्ही सगळं सहन करणार. तेच तर महत्त्वाकांक्षी पाप्यांना हवं असतं. तुम्ही पुढल्या जन्मासाठी पुण्य जमवीत बसा. ते या जन्मी सत्ता आणि संपत्ती भोगणार. तो तुंबाजी बघ. अध्यात्माशी त्याचा आहे काही संबंध? पण महाराज झाला. तुंबाजी महाराज! सगळं यथास्थित भोगतो आहे! स्थावर - जंगम करून ठेवतो आहे!

नामा : तुंबाजी थोर! त्यांच्याविषयी वाईट बोलणं पाप! त्यांच्याएवढी योग्यता असती, तर साधा शिंपी कशाला झालो असतो?

भूत : सगळ्या यशस्वी पाप्यांचा भूतकाळ सामान्यच असतो. आणि तू तरी आता साधा नामा शिंपी कुठे राहिला आहेस? तू आहेस नामदेव महाराज!

नामा : लाजवू नका या पामराला...

भूत : चमत्कारावर चमत्कार करतो आहेस! आज काय आजारी पोर बरं केलं, उद्या काय शिवलिंग काढून दाखवलं...

नामा : पाया पडतो हवं तर...

भूत : आता तुला ही मोकळीक नाही. तुझ्या पायांवर लोकांनी पडायचं!

नामा : का संकोच आणतोस? सगळं तुझ्यामुळे तर घडतं आहे...

भूत : होय रे. आणि मला त्यात अतीव आनंद आहे. मेल्यापासून कधीच मी इतका आनंदात नव्हतो. काय मौज आहे! स्वत:चा उत्कर्ष ज्याला हयायीत दिसला नाही तो आणखी कोणाचा उत्कर्ष घडवतो आहे! मला कधीच भेटलं नाही ते माझ्यामुळे तुला मिळणार आहे!

नामा : पण माझा कोंडमारा होतो आहे...

भूत : जाईल तो. आहेस कुठं? अजून पुष्कळ घडायचं आहे!

नामा : (काळजीने)... बाप रे!

भूत : क्वचित् कुणाच्या वाट्याला आलं असेल असं घडवतो. आता आता कुठं माझं डोकं चालू लागलं आहे. अजून पुष्कळ एकाहून एक अफलातून चमत्कार मी तुझ्यातर्फे घडवणार आहे. तू नुसता पहात राहा! आणि मध्येच भलतं काहीतरी करून सगळा बेत बिनसवू नकोस, सांगतो. जातो मी. माझी स्मशानात जायची वेळ झाली. (निघून जाते.)

[नामा घरात जातो. चेहऱ्यावर झोपेत चालणाराचा भाव. रंगमंचावर एकीकडे आधीचे ऐकत असलेला तुंबाजी आता पुढे, मधल्या भागात येतो.]

तुंबाजी : (मिशी पिळीत) हा या शिंप्याचा विठ्ठल! चमत्कार हा घडवतो!
[जटायू येतो.]

तुंबाजी : बरा आलास. चमत्काराचं रहस्य हवंय् तुला? नाम्याचा चमत्कार-कर्ता पंढरीचा विठ्ठल नाही, एक भूत आहे, भूत.

जटायू : (धक्का बसावा तसा) गुरुजी, असे हेवेदावे सामान्य पामरांना शोभतात. आपण साधूपुरुष आहात!

तुंबाजी : मी प्रत्यक्ष माहितीच्या आधारावर बोलतो आहे. मी नाम्याला प्रत्यक्ष ऐकलं. भुताशी झालेला त्याचा संवाद ऐकला.

जटायू : पुनरपि किंचित् औद्धत्य! भुताची वाणी तिऱ्हाइताला ऐकू येत नाही म्हणतात.

तुंबाजी : (सात्त्विक रागाने) संवादातला भुताचा भाग जरी ऐकू आला नाही तरी नाम्याचा भाग मी ऐकला ना! त्यात तो साक्षात् म्हणाला, भुताटकी. दैवी कृपा नव्हे, भुताटकी! असं तो म्हणाला, नाम्या.

जटायू : संशय पुरता फेडून घेतलेला बरा असतो. नाम्या आपण म्हणता तशाच अर्थानं म्हणाला असेल कशावरून? आपण मला अनेकदा गाढवा म्हणता. आता ध्वन्यर्थानं हे न घेता प्रत्यक्षार्थानं कुणी घेतलं तर त्याला वाटेल की आपण प्रत्यक्ष आणि अव्वल गाढवाशीच बोलता आहात.

तुंबाजी : अजून खात्री पटत नाही? नाम्या चक्क आळवत होता की सर्व वाटल्यास परत घे, पण मला सोडव. दैवी कृपा कुणी परत घ्या म्हणेल? म्हणत होता, ही पापं मी कुठं फेडणार? दैवी कृपा असेल तर पापं कुठली? म्हणत होता, भाबडे लोक, त्यांना देवाच्या नावानं बनवायचं? सांग, आता सांग, काय अर्थ होतो या सगळ्याचा?

जटायू : वार्ता धक्का देणारी आहे. म्हणजे अजून आपल्याकडे वर्तमान

छापणाऱ्या पत्रांची पद्धत नाही. एरवी ही वार्ता पहिल्या पानाची होती! क्षमा असावी, या खेपेस औद्धत्य नव्हे, पण थोडा द्रष्टेपणा घडला. वस्तुत: मी साधा साधक.

तुंबाजी : नाम्याच्या या भूत-रहस्याचं काहीतरी केलं पाहिजे.

जटायू : रहस्य हे एक तर राखण्यासाठी नाहीतर फोडण्यासाठी असतं. त्यातून जगाचा एक नियम आपणाला ठाऊक आहेच की, आपलं रहस्य राखण्यासाठी आणि दुसऱ्यांची फोडण्यासाठी असतात.

तुंबाजी : या तुंबाजी महाराजाला जगाचे नियम लागू होत नसतात. रहस्य फोडण्यानं काय फायदा? त्यापेक्षा वेगळा बेत रचला पाहिजे. या रहस्यानं आपला फायदा झाला पाहिजे.

जटायू : नाम्याच्या संतपणाचं भांडं चमत्काराच्या अद्भुत-चुकलो, भूत-रहस्याबरोबर फुटलं की त्याची नुकसानी आणि त्याची नुकसानी हाच आपला फायदा. कारण अध्यात्माच्या व्यापारात त्याची आपली स्पर्धा आहे!

तुंबाजी : अध्यात्माचा व्यापार प्रतिस्पर्ध्याचा तोटा न करता आपला फायदा करणारा असला पाहिजे.

जटायू : माफी असावी, पण पत्नीचा कौमार्यभंग न होता आपल्याला संसारसुख मिळालं पाहिजे, अशी अपेक्षा करण्यासा...

तुंबाजी : (डोळे वटारून) जट्या, जट्या, नैष्ठिक ब्रह्मचर्य पाळून तुझ्या तोंडी ही भाषा?

जटायू : (उसासत) तोंडच्या भाषेनं ब्रह्मचर्य जातं तर काय हवं होतं? आणि मी बोललो त्यात विशेष काहीच नव्हतं.

तुंबाजी : कौमार्यभंग होणार नाही आणि संसारसुख सुद्धा मिळणार! नाम्याच्या रहस्याचा असा उपयोग मी करणार आहे.

जटायू : आपल्यापुढे काय जवाब? कर्तृत्व थोरच आहे आपलं.

तुंबाजी : उदईक नाम्याला आपण गाठणार.

जटायू : गाठणार? म्हणजे काय करणार त्याचं?

तुंबाजी : ते बघच. फार नाजूक हाताचं शस्त्रकर्म असणार आहे. जपून करायला हवं. सावधगिरी बाळगायला हवी. कसं नाटक मी उभे करतो बघ! या तुझ्या गुरुची विद्वत्ता तू पाहिलीस, आता कला-कौशल्य बघ.

जटायू : (शंकेने) म्हणजे नाम्यासमोर आपण...नाचणार गाणार तर नाही? अप्सरेच्या वेषात? (सभय) अप्सरा म्हणजे...

तुंबाजी : उगाच वायफळ कल्पना कशाला पाहिजेत? प्रत्यक्षच पहाशील. चल....

[दोघे जातात.]

दृश्य : ६वे

[मागचे दृश्य बदलते. नदीचा घाट.
नामा लोकांसमवेत साग्रसंगीत भजन-कीर्तन करतो आहे.]

नामा : **नाम हेची तारी**
नाम भवसागरी ।
उतरी पैलतीरी
नाम तुझे ।।
नामे तो सरता
नामे तो परता ।
नामे पंढरीनाथा
भेटवीले ।।
नाम तारी फार
पुराणी वंदीले ।
नामची केवळ
आत्मसत्ता ।।
नामा म्हणे तुम्ही
करावे कीर्तन ।
पंढरीचे ध्यान
चुको नका ।।

[मागे भूत उभे. हे अर्थातच रंगमंचावरील लोकांना दिसत नाही. पण प्रेक्षकांना दिसते.
भजन ऐन रंगात असता नाम्याची तंबोरी नाम्याच्या हातून सुटून स्वतंत्रपणे नाचू लागते. म्हणजे नाम्यामागचे भूत ती धरून नाचवत रहाते.
सगळे थक्क पहाताहेत. गलका.
नाम्या तंबोरी पकडण्याचे प्रयत्न करतो पण ते जमत नाही.]

सगळे : चमत्कार! नवा चमत्कार! महाराजांनी तंबोरी नाचवली! नामदेव महाराज की जय!

[तंबोरी आता पुन्हा नाम्याहाती. भूत निमूट उभे. लोक विठ्ठलाचा जयजयकार करीत नाचत आहेत. आता त्यांच्यामधून संथपणे चालत भूत शिडीकडे येते.

जटायू आणि तुंबाजी त्याच्या मागून प्रवेशतात.]

सगळे : (त्यांना) पाया पडा पाया! महाराजांनी तंबोरी नाचवली! अधांतरी नाचली! आम्ही पाहिली! काय महिमा आहे!

[तुंबाजी एकदम नाम्याच्या पायांवर लोटांगण घेतो. लोक नव्याने जयजयकार करतात.]

नामा : (बुजून) अहो...अहो पण...हे काय भलतंच....

तुंबाजी : (नाक घासत) भलतंच नव्हे, योग्य. जट्या, महाराजांच्या पायांवर नाक घास, नाक! बघतोस काय शुंभासारखा?

[जटायू हे करतो.]

नामा : (हडबडलेला) पण खरंच सांगतो; माझं यात काही नाही...

तुंबाजी : (भक्तीपूर्ण चेहऱ्याने) आहे ते सर्व विठ्ठलाचं! त्याची कर्तुक! त्याचा हा महिमा! महाराज, आपण दुसरं काय म्हणणार? अहंकारातून मुक्त झाला तो योगी. शालीनपणा, नम्रपणा आपणासारख्यांना शोभाच देतो. जट्या, लेका, बघून ठेव, योग्याची लक्षणं बघून ठेव! (पुन्हा नामाच्या पायांवर सक्तीने नाक घासतो.)

[नाम्याला गुदगुल्या होत असल्यासारखा तो पाय चोरतो आहे.]

तुंबाजी : (उठत नमस्कारपूर्वक) महाराज, आम्ही आपल्या योगसामर्थ्यानं आपल्या पायांशी आलो आहोत. आमचा उद्धार करा.

[जटायूला खूण. तो तुंबाजीप्रमाणे हात जोडून नम्रपणे उभा राहातो.]

नामा : (अवघडलेला) उ....!

तुंबाजी : आम्ही साधनेच्या नावाखाली विद्वत्ता जमवली. पण आत्मज्ञान म्हणतात ते आपल्याला प्राप्त झालं.

नामा : मी...खरोखर...(नकारार्थी मान हलवत रहातो.)

तुंबाजी : आपल्यावर साक्षात् ईश्वरी वरदहस्त आहे...

नामा : (नकारार्थी मान हलवत) विठ्....(जीभ चावतो.)

तुंबाजी : तेच. विठ्ठलाचा. पंढरीचा पांडुरंग आपल्यावर प्रसन्न आहे. इतकं असून (जटायूला) वेष असावा बावळा, अंगी नाना कळा.तोची साधू ओळखावा, देव तेथेची जाणावा. (नामाला) महाराज, कृपाप्रसाद द्यावा. भक्ताला पावन करून घ्यावं. [नामाची परिस्थिती विचित्र. काय करावे, काय म्हणावे, त्याला समजत नाही. तो फक्त हातवारे करतो आहे.]

नामा : मी पामर काय आप्...

तुंबाजी : (एकदम आनंदाच्या ऊर्मी आतून उचंबळाव्या तसा) ओहोहो! अद्भुत! स्वर्गीय! दिव्य! विलक्षण! फार विलक्षण! (डोळे मिटून मोहरतो आहे, नाचतो आहे.) आनंद! महदानंद! [नामासकट सगळे अवाक् पहात उभे.]

नामा : (खासगीत विचारावे तसा जटायूला) काय झालं यांना?

तुंबाजी : (एकदम घोषणा) पावला! गुरूप्रसाद पावला! (लोटांगण घालीत) जय गुरूमाउली!

नामा : (अवघडून) मिशा बोचतात...गुदगुल्या...

जटायू : कसला गुरूप्रसाद, महाराज?

तुंबाजी : (उठून गहिवरत) ते तुला पामराला कळणार नाही. ते एक गुरूमाउलीला ठाऊक की या भाग्यशाली साधकाला ठाऊक! आनंद...अत्यानंद...(नामाला) गुरुदेव, दास कृतज्ञ आहे. केवळ अमृतानुभव!

[नामा गोंधळून पहातो आहे.]

तुंबाजी : (इतर उपस्थितांना) बोला, सद्गुरू नामदेव महाराज की जय.

सर्व : (एकमेकांत) तुंबाजी महाराज नामदेव महाराजांचे शिष्य झाले!

तुंबाजी : (नामाला नम्रतापूर्वक) महाराज, आता हात जोडून दासाची एकच प्रार्थना... (झोळीतून एक थैली काढून पुढे करीत) ही गुरूदक्षिणा फूल नाही फुलाची पाकळी म्हणून आणली आहे. तिचा स्वीकार व्हावा.

नामा : (संकोचाने) नको, नको....

बायको : (गर्दीतून पुढे होऊन थैली प्रेमाने उचलीत) असून्द्या की. लक्ष्मीला न्हाई म्हनू न्हाई....

जटायू : (तिला प्रणाम करीत) गुरूमाउली!

तुंबाजी : गुरूमाउली योग्य बोलल्या.

बायको : गुरूमाउलींनी दक्षना घेतली हाय समजा.

[तुंबाजी कृतज्ञ मान हलवतो.]

तुंबाजी : (नामाला) चरणयुगुलांशी अजून एकच विनंती. आपल्या संदेशाचा प्रसार त्रिखंड व्हावा. विश्व स्वधर्मसूर्ये पाहो. यासाठी आपण सर्वभर पोचलं पाहिजे. भजन-कीर्तनं केली पाहिजेत.

नामा : (संकोचाने पुटपुटत) नाही...नको...

तुंबाजी : चमत्कार दाखवून सामान्य जनतेला मोक्षाचा मार्ग पटवला पाहिजे.

जटायू : तर! गुरूमहाराजांशिवाय कुणीच हे करू शकणार नाही. एक सामान्य शिंपी भक्तीमार्गाने सिद्धपुरुष बनू शकतो हे सर्वांना कळलं पाहिजे. गुरूमहाराजांच्या आत्मोद्धाराची कहाणी सर्वसामान्यांना नक्कीच स्फूर्तीदायक ठरेल.

तुंबाजी : गुरूदेवांनी अनुग्रह करावाच. नाही म्हणू नये. बाकी सर्व व्यवस्था या चेल्याकडे लागली.

जटायू : हा 'पड-चेला' म्हणजे चेल्याचा चेला मदतीला आहेच.

तुंबाजी : उभा महाराष्ट्र गाजू दे. ही श्रींची इच्छा आहे.

जटायू : श्रींची इच्छा आहे.

[नामा बुचकळ्यात.]

तुंबाजी : बोला गुरूवर्य नामदेव महाराज की...

सगळे : जय.

[नामाला पालखीत बसवून मिरवणुकीने वाजत गाजत आत नेऊ लागतात. मिरवणूक रंगमंचावर फिरत असता शिडीवरचे भूत हा सर्व प्रकार एकाग्रतेने पहात आहे. चेहऱ्यावर नापसंती.].

बायको : (पालखीतल्या नामाला ओरडून) अवं, पर ते गुर्दक्षनेचं नीट ध्येनात ठेवायचं बरं का. न्हाई तर जाईल ऐऱ्यागैऱ्याच्या हाती. मेळाली का नीट कनवटीला बांधून ठेवत चला...आनिक 'न्हाई' म्हनायचं नाही.

[हरीनामाच्या गजरात नामाला मिरवणुकीने आत नेतात. बायको फक्त मागे उरते. तिच्या हाती तुंबाजीने दिलेली गुरूदक्षिणेची थैली. उघडून हरखते.]

बायको : बया बया! हा गुरूचा फेरा ब्येस हाय की!

[हरखत आत जाते. दुसरीकडून तुंबाजी आणि जटायू येतात.]

जटायू : (उत्सुकतेने) कसला अमृतानुभव दिला गुरुदेवांनी आपल्याला? कसला गुरूप्रसाद मिळाला?

तुंबाजी : खुळा की काय? सगळं नाटक! अरे काही झालं नव्हतं. मी आपली बतावणी केली.

जटायू : बतावणी? इतकी खरी?

तुंबाजी : आहेस कुठे? अध्यात्मात नसतो तर मोठा नाटक्या झालो असतो मी. त्या अर्धवटाला चढवण्यासाठी सर्व नाटक होतं माझं.

जटायू : (कौतुकादराने स्तिमित असल्यासारखा उभा. मग) मग आता यापुढे?

तुंबाजी : संत नामदेवबुवांच्या सुरस आणि चमत्कारिक खेळांचे गावोगाव दौरे आपण काढणार. लोकांना चमत्कार दाखवणार.

जटायू : आपण व्यवस्थापक.

तुंबाजी : आणि तू उप-व्यवस्थापक.

जटायू : नशीब आमचं. नव्हे, 'भाग्य' म्हणायचं होतं.

तुंबाजी : नशीब फळफळणार आता तुझं. प्रचंड गर्दीत आपले नवे खेळ सुरू होणार.

जटायू : जय गुरुदेव! नव्हे, महागुरुदेव! कारण गुरूचा गुरू-महा-गुरू!

तुंबाजी : चलो, चेले–

[जटायू पुढे आणि तुंबाजी मागे, असे मजेत निघून जातात. एकटे भूत मागे. ते उघडच नाखूष आणि रागावलेले आहे. किंचित्काळ ते तसेच उभे राहाते. रागात आहे. भोवती वादळाचे आवाज सुरू होतात. वाढतात. विजा चमकतात. भूत रंगमंचावरून संथपणे, पण सणकेत निघून जाते.]

दृश्य : ७वे

[मागे दृश्य बदलते.
नदीचा घाट पालटून नामाचे घर येते.
हे घडताना वादळाचे आवाज अस्पष्ट होत जातात.
रात्र. आता रंगमंचावर फक्त रातकिड्यांचे आवाज.]

भूत : (हाकारते) नामा! नामदेवा! नाम्या! बाहेर ये, नामदेवा!

नामा : (आतून झोपाळला आवाज) कोण आहे?

भूत : तुझा बाप. बाहेर ये आधी.

नामा : (झोपाळलाच स्वर) आता नको...सकाळी....

भूत : बाहेर ये नाहीतर उरावर बसेन! आत्ता, या क्षणी बाहेर ये.

नामा : (झोपाळलाच बाहेर येत) कोण? तू. (जरा जागा होतो.) हल्ली दिवसभर गडबड असते. त्यामुळे रात्री लौकर... माफ कर. झोप उडाली नव्हती.
[भूत गप्प.]
काय आहे? का हाका मारल्यास?
[भूत गप्प.]
मारल्यास ना हाका? का मलाच...भास....

भूत : बोंबा मारल्या बोंबा.

नामा : म्हणजे खरंच ऐकल्या मी. काय खरं नि काय खोटं याचा हिशेबच संपला आहे. काय झालं? आता काय नवीन?

भूत : शरम नाही वाटत विचारायला?
[नामा बुचकळ्यात.]
मला न विचारता परस्पर शब्द देतोस?

नामा : (गांगरत) काय झालं? कुणाला... शब्द दिला?

भूत : झोप उडवून आठव. त्या तुंबाजीच्या डावाला बळी पडलास तू.

नामा : डाव? तुंबाजी-रावांचा? ते तर सत्पुरुष.

भूत : तुझ्या लेखी सगळेच सत्पुरुष. गाढवा, त्या चोराचा कुटिल कावा आहे तुला वापरण्याचा.

नामा : मला...कशाला वापरणार?

भूत : तुझ्या चलतीमुळे त्याचा दांडा गुल व्हायची वेळ आली आहे. त्याच्या कीर्तनाला लोक जमेनासे झाले. तेव्हां तुला वापरून तो पुन्हा आपला जम बसवणार.

नामा : छे, छे. त्यांचा अधिकार केवढा थोर! त्यांच्याबद्दल असा संशय घेणं हे पाप.

भूत : नाहीतर त्याच्यासारखा अहंमन्य माणूस तुझ्या पायांशी कशाला लोळण घ्यायला आला असता?

नामा : त्यांना प्रचीती मिळाली... अमृतानुभव मिळाला.

भूत : अमृतानुभव कशाशी खातात हे त्याला किंवा तुला ठाऊक आहे? अरे तो थापा मारत होता, थापा. ढोंगी लेकाचा. नाटक करत होता.

नामा : कशावरून?

भूत : अमृतानुभव त्याला कशावरून मिळणार?

नामा : कशावरून म्हणजे...मिळेलही.

भूत : एवढं तुझं योगसामर्थ्य झालं?

नामा : नाही. पण चमत्कार होतात.

भूत : आपोआप?

नामा : नाही, बहुतेक तर तुझ्यामुळेच....

भूत : बहुतेक काय, सर्व माझ्यामुळे. तुला काय येतं त्यात? टाळ कुटणं तुझं काम.

नामा : (दुखावून) म्हणजे लोक काय उगीच माझ्या....

भूत : होय, उगीच. तू आहेस भोळा. दिसतोस निष्पाप. त्यामुळे

लोकांना संत वाटतोस. पण दगडसुद्धा तटस्थ असतो. म्हणून काही तो योगी ठरत नाही. माझ्यामुळे तुझी संतगिरी चालली आहे.

[नामाला हे काही रुचलेले नाही, तो फुरंगटलेला.]

भुताटकीला दैवी चमत्कार समजणारे मूर्ख लोक या मृत्युलोकात मुबलक आहेत.

[नामा प्रतिक्रिया देत नाही.]

नामा.

[नामा हुप्प.]

ए नामा...

[नामा हुप्पच.]

रागावलास? जरा लागट बोललो रागाच्या भरात, पण तुझ्या हितासाठीच मी बोललो. तुझं बरं चाललं नाही हे पाहून मी तुझ्या मदतीला आलो, खरं ना? आपण होऊन आलो. वास्तविक भुतांच्या नीतीत हे बसत नाही. तुझं बरं चालू लागावं म्हणून मी चमत्कार सुरू केले. मी तुला संत बनवलं -

[नामा हुप्पच.]

मलाच त्यात आनंद मिळतो आहे. तुझ्या उत्कर्षात मी जगतो आहे. एका अर्थानं माणूस म्हणून मी भोगलेल्या दुर्दैवाचा सूड मी घेतो आहे. एरवी माझ्या भुताच्या जिण्यात कसला आनंद असणार? पण माझ्या परवानगीवाचून तू निर्णय घेतलास.

नामा : म्हणजे मी काय गुलाम आहे तुझा?

भूत : पण मी तुझ्यासाठी एवढं करतो, तर मला विचारणं तुझं काम नव्हतं?

नामा : मलासुद्धा काही माझी म्हणून बुद्धी आहे.

भूत : पण माझ्यासारखी पारदर्शी दृष्टी नाही. मला दिसतं ते तुला

दिसू शकत नाही.

नामा : तुंबाजीमहाराजांचा हेतू प्रामाणिक आहे. त्यांना साक्षात्कार झाला. एवढा मोठा माणूस माझे पाय शिवायला तयार झाला.तेसुद्धा जाहीरपणे. त्यांच्या शिष्यासमोर, लोकांसमोर. साक्षात्कार खराच असला पाहिजे. माझ्यासारख्याला कीर्तनाचा दौरा करण्याचं आमंत्रण ते उगीच कसे देतील?

भूत : तो भयंकर मतलबी आणि ढोंगी आहे.

नामा : हां, कुणाबद्दल असं बोलणं बरं नाही. त्यात आता ते तर माझे... शिष्य आहेत.

भूत : (खदखदा हसत) तो तुझा शिष्य? आणि तू त्याचा गुरू?

नामा : हो. यानंतर गावोगाव माझी कीर्तनं ते घडवणार आहेत.

भूत : नामा, नामा शुद्धीवर ये. तो लुच्चा, भोंदू आहे.

नामा : मी घरात निघून जाईन!

भूत : जा. नुकसान कुणाचं होईल? माझं?

नामा : (घराकडे चालू लागत) ठीक आहे...

भूत : ए... अरे... हे बघ... ऐक तरी माझं... थांब!

[नामा थबकलेला.]

भूत : (असहाय्यपणे) तुला मदत करणं ही माझीच गरज आहे. मलाच त्यातून मोकळं होता येणार नाही. कारण माझ्या या जगण्याला तेवढाच एक खराखुरा अर्थ आहे. एरवी स्मशानातून, रानावनांतून निर्हेतुकपणे भटकणं. जिवाचा ठणका असह्य झाला म्हणजे किंचाळणं. जिवंत जग त्याला वादळ मानून खिडक्या घट्ट बंद करून घेतं. आमचे हुंकार तुम्हांला घुबडाचे घूत्कार वाटतात. आमचे सुस्कारे मनाचे भास. आमची बेचैनी पानांची सळसळ वाटते तर आमचे अश्रू वटवाघुळाचं मूत्र. आमचं असणं मानणारे आम्हांला अस्पृश्य मानतात आणि बाकीचे

'अंधश्रद्धा' म्हणून आमचं असणंच नाकारतात. आणि आम्ही मात्र या हेटाळणेत आणि उपेक्षेत आमचं भुताचं जिणं शक्यतो तुमच्या संगतीनं, तुमच्या वळचणीला, तुमचे श्वास झेलीत जगत असतो. मला सोडून जाऊ नकोस. माणसांची मला भीती वाटते. तुझी वाटली नाही. माणसं हुशार असतात, हिशेबी असतात. क्रूर आणि कारस्थानी असतात. तू मला तसा वाटला नाहीस. तुझा मला विश्वास वाटला. म्हणून मी तुझ्याशी संपर्क जोडला. म्हणून तुझ्याशी बोलू लागलो, तुला दिसूही लागलो. तू गेलास तर पुन्हा सगळं संपेल. जाऊ नकोस. मी बिनतक्रार तुला मदत करीन. मात्र सावधानतेनं वाग. तुझीच जमात तुला दगा देईल, अनुभवाने सांगतो. मला माझी काळजी नाही. माझी काळजी कसली करायची? मी तर मेलोच आहे! पण मला तुझी काळजी वाटते.

नामा : (वळून) भांडण मिटलं. पण यानंतर तुंबाजी महाराजांविषयी उणं अधिक बोलायचं नाही...

भूत : (उदासपणे) ठीक आहे.

नामा : आणि मला सांग, कशामुळे तू भुताच्या योनीत पोचलास? हे असं रात्रंदिवस अतृप्त भटकणं तुझ्या वाट्याला यावं असं काय झालं तुझ्या आयुष्यात?

भूत : जखमेवरची खपली अशी काढू नकोस. पण खपली धरली तरी कधी? वर्षानुवर्षे जखम वहातेच आहे. उमेदीत होतो. पण भिक्षुकापोटी जन्मलेला त्यानं उमेदीत देखील डोळे मिटून भिक्षुकीच करावी ही परंपरा. मनात झुरत होतो आणि पोट जाळण्यासाठी श्रावण्या, अभिषेक करीत जगत होतो. पण गरम रक्त सळसळत होतं. डोक्यात आकांक्षांचा नाच अष्टौप्रहर चालत असे. वैभव संपादन करावं, उंची वस्त्रं परिधान करून

घोडागाड्यांतून फिरावं, सुंदर स्त्रियांचा भोग घ्यावा, सारे पुरुषार्थ भागवून घ्यावेत या लालसा शरीरात आगडोंब पेटवीत आणि काही केल्या मग तो शमत नसे. शमेल कसा? ज्यांच्या घरी अभिषेक-श्रावण्या करण्यासाठी जावं लागे त्यांना या सुखात तृप्त डुंबताना आणि लोळताना मी पहात असे. मत्सरानं पेटत असे. असं काय आहे त्यांच्यात, जे माझ्यात नाही? आणि एका मोठ्या घरच्या सुंदर स्त्रीची नजर माझ्यावर गेली. ती माझ्याहून वयानं ज्येष्ठ होती. अल्प वयातच वैधव्य आल्यानं अतृप्त होती, निपुत्रिक होती. माझ्या सळसळत्या तारुण्यानं तिला चाळवलं. मीही त्या मोहात फसलो. काही काळ चोरून मारून सर्व सुरळीत चाललं. एकमेकांच्या रूपाने जणू सर्व सुखं आमच्या हाती आली होती. मी तर महत्त्वाकांक्षेच्या शिखरावर पोचलो होतो. इथून पुढे केवळ हात उंचावण्याची खोटी की साक्षात् स्वर्गाला स्पर्श होणार होता. तिच्यापाशी एक कमनीय देह होता. रूप होतं. तिच्या मृत पतीच्या मालमत्तेची तीच वारस होती. फक्त तिचे दीर, एवढाच अडसर होता. ते तिच्यावर पहारा ठेवून होते. तिच्या रूपाने घरच्या मालमत्तेचा हिस्सा बाहेर जाता कामा नये अशी खबरदारी ते घेत होते. या कैदेतून तिला बाहेर काढलं तर सर्व सुखं माझ्या पायांशी लोळण घेणार होती. मी तिला विश्वासात घेतलं. कारस्थान रचलं. तिला पळवण्याचं कारस्थान. माझी सर्व बुद्धिमत्ता मी ते रचण्याच्या कामी पणाला लावली होती. सर्व योजना जय्यत ठरली. परंतू चोरून दूध पिणाऱ्या मांजराला डोळे मिटले असल्यानं वाटतं की सर्व जगानं डोळे मिटले आहेत. माझ्या योजनेचा सुगावा माझ्या शत्रूंना लागला होता. कदाचित्.... तिनंच त्यांना तो दिला असावा. एरवी एवढी गुप्तता पाळून मी

रचलेल्या बेताची वर्दी त्यांना कशी लागली? माझा बेत प्रत्यक्षात येण्याआधीच त्या कुटिलबुद्धी माणसांनी माझ्यावर मारेकरी घातले. एका रात्री हालहाल करून मला मारण्यात आलं. आधी पाय मोडले. मग हात तोडले. त्यानंतर गोट्या चेचल्या. टप्प्याटप्प्यानं, गुरासारखा आक्रंदत मी मेलो. असा मरत असताना माझ्या... माझ्या प्रेयसीला समोर हजर ठेवलं होतं. वेदना देहाच्या होत्या त्याहून कदाचित् त्या अवहेलनेच्या जास्त होत्या... अजून त्या स्मरणानं देखील.... (गुरासारखे आक्रंदन करते. डोके आपटते. तडफडते. गडबडा लोळते. मग हळू हळू थकून जाते.) जन्मानं दिलेल्या भिक्षुकीपेक्षा जास्त मोठी महत्त्वाकांक्षा मी धरली त्याची ती शिक्षा होती. 'ठेविले अनंते तैसेचि रहावे' या दैवी दंडकाचा मी भंग केला. त्याचं बक्षीस मला मिळालं. स्वप्नं पहाण्याचं बक्षीस... झेप घेण्याचं बक्षीस... चंद्राचा हट्ट राजपुत्राला शोभतो, य:कश्चित भिक्षुकाच्या पोराला नाही. काय म्हणून? (किंचाळते.) काय म्हणून? काय म्हणून? (पहाता पहाता केविलवाणे होते. क्रंदत राहाते.)

नामा : फारच भयकर आहे.

भूत : भयंकर! फारच भयंकर! तुला फारच भयंकर वाटलं हे? तुझी तरी काय चूक? आकांक्षा कशाशी खातात हे माहीत नसलेल्या भाबड्या भक्तीमार्गी तुला काय कळणार माझा त्रास? कदाचित् तो कुणालाच कळणार नाही... कुणालाच नाही....

नामा : (किंचित्काळाने) क्षमा कर. मी विचारायला नको होतं.

भूत : जा इथून. मला एकटं राहू दे.
[नामाचा पाय निघत नाही.]
जा म्हणतो ना!
[नामा घराकडे जातो.

भूत एकटे उरते. त्यावर प्रकाशझोत. ते अजून बेचैन.
दूरवर चाललेल्या वादळासारखे आवाज ऐकू येत रहातात.
भुतावरचा प्रकाश सावकाश कमी होत विझतो.
पडदा.
अंक पहिला समाप्त.]

अंक दुसरा
दृश्य : १ले

[दुसऱ्या गावातले देऊळ.
साग्रसंगीत कीर्तन चालले आहे. नामामागे तुंबाजी आणि जटायू साथीला उभे. नामाचा अवतार बदललेला. आता हा 'बुवा' वाटतो.]

नामा : **लक्ष्मी तुझे पायतळी**
आम्ही भिक्षेसी लागोनी झोळी ।
येणे तुझी रिदावळी
काय राहील गोविंदा ।।
कुबेर तुझा भांडारी
आम्हां फिरविसी दारोदारी ।
यात पुरुषार्थ काय, मुरारी
तुजला पै आला ।।

[कीर्तन संपते.
हे चालू असता शिडीवर भूत येऊन बसलेले. त्यावर प्रकाश मात्र नाही.
लोक नामाच्या पाया पडतात. दक्षिणा ठेव ठेवून जातात. सर्व गेल्यावर नामा, तुंबाजी आणि जटायू उरतात.]

तुंबाजी : वा, वा, वा. नामदेव महाराज, आज कीर्तनाला औरच रंगत आली. नाही रे जटायू? (खुणेने दक्षिणा गोळा करण्याला सुचवतो.)

जटायू : (त्याप्रमाणे करीत) शंकाच नाही. अजून काही केल्या धुंदी उतरत नाही.

तुंबाजी : काय प्रासादिक वाणी! काय निरूपण!

जटायू : (दक्षिणा गोळा करून तिची व्यवस्था पहात) अद्याप तसा मी

पारलौकिकातच आहे. लौकिक काही खरंच वाटत नाही. मिथ्या! सर्व मिथ्या!

तुंबाजी : बुवांच्यामध्ये जसा काही संचार होतो कीर्तन करताना...

नामा : (एकंदरीने खूष पण घाईने) नाही.... संचार नाही...

तुंबाजी : संचार म्हणजे अलंकारिक अर्थानं म्हणालो मी. एक अद्भुत अनुभव असतो आपलं कीर्तन म्हणजे!

जटायू : भूत... हो... अद्भुत. संशयच नाही.

तुंबाजी : तसे तर बुवा चमत्कार करतातच. पण त्यांचं आख्यान हाही चमत्कार!

जटायू : गर्दीच पहा ना! अलोट गर्दी! नुसते आपण जातो त्या गावचेच नाहीत तर भोवतालच्या दहा-पाच गावांतले लोक केवळ कीर्तन ऐकण्यासाठी मैलोगणती चालत येतात बिचारे.

नामा : (मनापासून) तुमची साथ असते, त्यामुळे कीर्तनाला रंग चढतो...

तुंबाजी : (जटायूला) बघ, केवढा विनय, बघ! (नामाला) बुवा, आम्ही कथा-कीर्तनं आयुष्यभर करीतच आलो. पण ही गर्दी नाही ती कधी जमली?

जटायू : उलट यांच्या चमत्कारांनी आपला तंबू अगदी ओ... (जीभ चावतो. तुंबाजीचे वटारलेले डोळे पाहून) तशी गर्दी असायची. हो. गर्दी असायची. अर्थात्, इतकी नव्हती. ही अंमळ जास्तच.

तुंबाजी : दक्षिणा केलीस ना गोळा? हिशेब चोख ठेव, चोख ठेव. देवाचा पैसा आहे. आज काही काही तर कीर्तनात रडत होते.

जटायू : आनंदाश्रू असतील ते. अध्यात्माचा आनंद. एक महिला तर तोंडात पदर धरून स्फुंदत होती.

तुंबाजी : कमाल आहे.

जटायू : आणि एक मागे बसून आनंदाचे अनावर उमाळे दाबीत होती. तिनेही तोंडात पदर कोंबला होता.

तुंबाजी : भक्तीपंथाचा आनंद!

नामा : नव्हे, ते.. म्हणजे... आमचं कुटुंबच होतं. गर्दी बघून तिला आनंद झाला होता.

तुंबाजी : पाहिलंस, जटायू? गुरूमाउलीच्या आनंदात गुरूपत्नीचा आनंद!

नामा : तसं नव्हे. तिला आध्यात्मिक दृष्टी नाही. साधी आहे बिचारी. गर्दी जास्त म्हणजे दक्षिणा जास्त. म्हणून ती हरखली असणार.

तुंबाजी : केवढं भाबडं मन!

जटायू : फारच.

नामा : आजचा चमत्कार बरा जमला ना?

तुंबाजी : म्हणजे याहून एकादा उजवा हवा होता. पण झाला हाही तसा काही हलका नव्हता.

जटायू : काय तंबोरी नाचली आहे! वा! चमत्कार हा तर बुवांचा हातखंडा झाला आहे.

तुंबाजी : लोक नुसते थक्क होतात.

जटायू : तोंडात बोटं घालतात.

नामा : होतात, इतकंच. मी कोण करणार?

जटायू : 'तो' करणार. हो, पण तो आमच्यासाठी नाही तो चमत्कार करीत? तुमच्यासाठीच का करतो? त्याचा अर्थच हा की, तुम्हांला दैवी सिद्धी प्राप्त आहे...

नामा : (मानेने) नाही नाही...

तुंबाजी : नाही कशी? आहे.

जटायू : प्रश्नच नाही. उगीच लपवू नका, बरं का. आम्हांला ठाऊक आहे. तुमच्याकडे दैवी सिद्धी आहे आणि... (तुंबाजीकडे निर्देश करीत) यांच्याकडे नाही... (आवरीत) म्हणजे... अजून प्राप्त व्हायची आहे... पण होईल!

तुंबाजी : तर, जट्या... नव्हे, जटायू... उदईक आता पुढील मुक्कामासाठी

प्रस्थान ठेवायचं...

जटायू : पण गुरूदेव... नव्हे, हे (नामाकडे निर्देश) गुरूदेव. तर (तुंबाजीला) उपगुरूदेव, माझ्या लक्षात असं आलं आहे की गावं बदलली तरी चाहत्यांचा एक विशिष्ट गट प्रत्येक खेळाला हल्ली कायम उपस्थित असतो.

तुंबाजी : असं? बुवांच्या फारच भक्तीत दिसतो तो...

जटायू : किंवा विरोधी भक्तीत देखील असेल. पण मला वाटतं, हा पुन्हा पुन्हा येणारा संशयास्पद प्रेक्षकवर्ग ध्यानात घेऊन कार्यक्रमात सतत काहीतरी बदल करीत रहाण्याची गरज आहे, एरवी मंडळी कंटाळतील.

नामा : आख्यान तर रोज नवंच असतं...

जटायू : पण चमत्कार बहुतेक जुनेच असतात. तंबोरी नाचणं, गुरुदेवांच्या मुठीतून दुग्धधारा स्रवणं, शिवलिंग प्रकट होणं... फार तर देवाच्या मूर्तीतून गुलाल पाझरणं.

नामा : लोक नामसंकीर्तनाच्या आनंदासाठी येतात.

जटायू : साफ चूक...

तुंबाजी : (सावरून घेत) त्याचं असं म्हणणं की लोक कीर्तनानंदासाठी येत असले तरी नवे नवे चमत्कार बघणं त्यांना आवडतं. असंच ना जटायू?

जटायू : अगदी मनकवडे आहात!

तुंबाजी : जटायूचं म्हणणं काही अगदीच अस्थानी म्हणता येणार नाही. संकीर्तनाचा आनंद हा जरी प्रधान आनंद असला तरी चमत्कार हेही आपल्या कीर्तनाचं एक महत्त्वाचं अंग झालंच आहे. मग त्यात नावीन्य असावं अशी अपेक्षा लोकांत समजा निर्माण झाली, तर ती गैर तरी कशी म्हणावी?

नामा : ठीक आहे. मी सांगतो. (चूक जाणवून आवंढा गिळीत) तेच.

विचार.... तो... आपलं.. विचार करतो.

तुंबाजी : बरोबरच आहे. शेवटी चमत्कार 'तो' घडवतो. विचारायला हवंच.

[नामा यांत्रिकपणे मान डोलावतो. तो एकंदर ताणाने वंगलेला.]

बरं, जटायू, महाराजांना अधिक ताण देणं ठीक नव्हे. पहा बरं केवढे शिणले आहेत. चल, आपण पुढील कार्यक्रमांची आखणी करू या. महाराज, आपण विश्रांती घ्यावी.

[दोघे जातात.

एकटा नामा रंगमंचावर.

आत गेलेले तुंबाजी आणि जटायू आता मागे येऊन अल्लद उभे राहातात.]

नामा : (जरा वेळ इकडे तिकडे काही करून) विठ्ठला...

[भूत शिडीवरून खाली येऊन रंगमंचावर जाऊन उभे रहाते.]

नवे चमत्कार हवेत. तेच तेच बघून कंटाळा येतो आहे लोकांना. तंबोरी नाचणं, मुठीतून दुधाची धार निघणं, शिवलिंग प्रकट होणं, गुलाल पाझरणं हे सगळं जुनं झालं.

भूत : असं ते म्हणत होते. ते – गोसावडे.

नामा : माझे... भक्त आहेत ते...

[भूत प्रयत्नपूर्वक गप्प.]

काळं बघणाराला सर्वच काळं दिसतं. तसं तुझं झालंय. बोलून चालून भूत. तुला काय चांगलं दिसणार? त्यांच्यामुळे माझं चाललंय.

भूत : काय चाललंय तेवढं तपासून पहा.

नामा : उत्तम चाललंय. केवढा माझा मान! केवढा लोकांना माझ्याबद्दल आदर! केवढी लोकप्रियता! सारखी ती वाढतेच आहे! कालपर्यंत साधा नामा शिंपी होता. आज हरिभक्तपरायण कीर्तनकलानिधी

नामदेव बुवा हरफळकर महाराज झाला. काल वेळेवर कपडे देत नाही म्हणून पायांखाली तुडवीत होते. आज माझ्याच पायांवर डोई ठेवून नाक घासण्यासाठी केवढी अहमहमिका!

[भूत गप्प.]

ऐकलंस? तर उद्यापासून रोज नवा चमत्कार हवा. तेच तेच बस्स झालं.

[भूत काही म्हणू पहाते. गप्प होते.]

नामा : म्हण की काय म्हणतोस ते!

[भूत मानेने नकार भरते.]

जातो मी. झोप येते आहे. तेवढं ते नवनव्या चमत्कारांचं मात्र जरा बघ.

[नामा जातो.

भूत तसेच उभे. अगदी स्तब्ध. मग संथपणे तेही निघून जाते. जटायू आणि तुंबाजी एकमेकांच्या हातावर बिनआवाजाची टाळी देऊन निघतात.]

दृश्य : २३

[दृश्य बदलते.
नामाची झोपडी.
नामाची बायको स्वप्नरंजनात रंगली आहे.]

बायको : कीर्तनाचा योक खेळ म्हंजे गेला बाजार पन्नास तर कुठं चुकले न्हाईत. असे धा खेळ– ईस–तीस–पन्नास–शंभर–बया बया बया. पन्नास-शंभर म्हंजी किती? हिसाबच यीना मला. बरं, कुनाला इचारावं ते बी ठीक न्हवं. आमच्याकडं किती पैसा हाये ते कळंल न्हवं का सर्व्यान्ला! मागत्याल. चोरत्याल बी. नेम काय सांगावा? पैका म्हंटला का साखरंला मुंगळं झटत्यात तसं झटत्यात सम्दे. अमक्याचा तमका न् तमक्याचा धमका. कोन सासरकडलं, कोन माह्यारचं. मी न्हाई कुनाला काय बी देनार. सम्दा पैका साठवूनशान ठेवनार. पन पुरून ठेवावा का गाडग्या-मडक्यात लपवूनशान ठेवावा? का याजी द्यावा? सावकारी केली तर पैका वाढंल. का शेती घ्यावी? याजी दिला तर वसुली आली. आमचं खुळं वसुलीला काय बी उपेगाचं न्हाई. त्यानं आपलं कीर्तनाचं खेळ करावं. म्हंजी आलं का! वसुलीला योक मानूस ठेवावा लागणार. आता मानूस कितीबी इस्वासाचा असला तरी नेम सांगता येतोय का? योक दिशी घेतला आमचा जीव आन पळाला समदा पैका घिऊन; तर घ्या काय? नगं. सावकारी नगंच. किराना मालाचं दुकान काढलं तर कसं हुईल? हे आपलं बसत्याल तंबुरी घिऊन.गिऱ्हाईक आलं का तेवढा माल दिला का हायच परतून इट्ठलाचं भजन. पर माल देत्याल आणिक पैका घ्यायला तेवढं इसारत्याल. म्हंजी मलाच गल्ल्यावर बसनं आलं. पर धंद्याचा काय नेम? चालला तर चालला, न्हाई तर बसला.

धंदा बसला म्हंजी गेलाच म्हंगायचा पैका. नगं गो बया. आमचा पैका काय वर न्हाई आला. ते शेतीचंच बरं दिसतंय...
[गावकरी येतो. कोणाला तरी सांगण्याच्या घाईत.]

गावकरी : काकू– काकूच न्हवं तुम्ही नामा काकाच्या? व्हय... तर काकू, नामा काकानं आज कीर्तनात भलताच जोरदार चिमित्कार करून दाखवला!

बायको : असं! काय केलं?

गावकरी : कीर्तन चालू होतं आणि अचानक वरचं आढं तुटून कडाडा खाली आलं...

बायको : (धसकते. उठून धावू बघत) अगो बया! हे बरं हायती न्हवं?

गावकरी : तीच तर गंमत! कुणाला काहीच झालं नाही. आढं नेमकं कुणी नव्हतं तिथंच येऊन पडलं.

बायको : (सुटकेचा श्वास टाकून) बरं झालं बया. (भक्तिभावाने) देवा, तुझीच किरपा बाबा...

गावकरी : चूक. अहो देवाची कसली कृपा? हा काकाचा चिमित्कार! काय घबराट झाली आढं कोसळल्याचा आवाज होताच, तुम्हांला सांगतो. पण पुढं ते, कुणी नव्हतं तिथं अल्लाद पडलं तेव्हां टाळ्यांचा निस्ता कडकडाट झाला. लोकांनी डोक्यावर घेतलं काकाला. वा वा वा. काय काकाचा महिमा! काकू, कसं हो वाटतं तुम्हांला काकाची बायको असल्याबध्धल? आं?

बायको : लई ब्यास वाटतं बघ. म्हंजी माझं नशीब मुळातच तसं जोरदार. बाळपणीच समदे म्हंगायचे का पोरगी कुळाचं नाव काढणार.

गावकरी : काका आमच्या गावचा, एवढ्यानंच माझ्या अंगावर कसं मूठभर मांस चढलं आहे. दिगंत कीर्ती मिळणार नामा काकाला. अद्भुत चिमित्कार घडवणारा माणूस असं नाव नोंदवलं जाणार इतिहासात काकाचं आणि आमच्या गावाचं सुदीक.

बायको : (आठवण देत) माझं सुदीक.

गावकरी : हो. तुमचं सुदीक. आता उद्या काय नवा चिमित्कार होतो बघायचं. छे छे छे. भारीच उत्सुकता ताणली आहे. सकाळी उठलं की हा एक इचार. आज काय नवा चिमित्कार असंल? दुसरा विषय नाही. बरं, येतो. पुन्हा उद्या कीर्तनाला जायचं आहे....

बायको : व्हय का. ये. ये हां.

[गावकरी गडबडीने जातो.]

कडाडा आढं कोसळलं. हे कसले म्हंती मी अघोरी चमत्कार!

[घरात जाते.]

दृश्य : ३रे

[दृश्य बदललेले.
दुसरा गाव. देऊळ.
नामा, तुंबाजी, जटायू. नामा हबकलेला.]

तुंबाजी : काही म्हणा महाराज, आजची सुवर्णसंधी आपण हातोहात गमावलीत. तुला काय वाटतं जटायू?

जटायू : नक्कीच. संधी साधण्यात आपला हात धरणारा कोणीच नसेल.

तुंबाजी : (घाईने नामाला) त्या आढं कोसळण्याच्या चमत्काराचा संदर्भ घेऊन आपल्याला दैवी कोपाचा विषय पकडता आला असता आणि गावावर काही दैवी कोप झाला आहे असे म्हणून...

जटायू : होमहवनादी कामांसाठी दूध, तूप, दही, लोणी, बोकड झालंच तर पैसा मागता आला असता...

तुंबाजी : प्रश्न पैशाचा नव्हता. प्रत्येक गावातली धार्मिकता आणि श्रद्धा वाढणं महत्त्वाचं आहे.

जटायू : कारण ते आपल्या पथ्यावरच पडणारं आहे.

तुंबाजी : धर्म आणि श्रद्धा वाढत गेली की कोणत्याही समाजाचा उत्कर्ष दूर नसतो.

जटायू : आणि आपलाही.

तुंबाजी : (नामालाच) या अर्थानं... म्हणजे मी म्हणतो त्या- आजचा चमत्कार योग्य दिशेनं वळवून घेता आला असता.
[नामा हडबडलेलाच. त्यामुळे बोलत नाही.]
काय जटायू?

जटायू : खचितच. असा भयकारी चमत्कार आपण तर पूर्वी पाहिला नव्हता. अजून अंगाचं कापरं जात नाही.

तुंबाजी : आढं तुटणं एक वेळ समजण्यासारखं होतं. पण ते कुणालाही इजा पोचू नये अशा पद्धतीनं जाऊन पडणं म्हणजे केवळ अद्भुत!

जटायू : क्षणभर वाटलं की ते उपगुरूदेवांच्या... म्हणजे क्षणभरच... पण तसं कुठलं व्हायला? म्हणजे काय बिशाद तसं घडेल!

तुंबाजी : (नामाला) यानंतर असा दिव्य-भीषण चमत्कार होताच आपल्या निरूपणाची दिशा बदलून तिकडे वळवली पाहिजे आणि दैवी प्रकोपाची ही खूण आहे असं सांगून महायज्ञाचं सूतोवाच लगेच केलं पाहिजे.

जटायू : तर? केलंच पाहिजे. ही...ही दैवी आज्ञाच आहे! श्रद्धा वाढली पाहिजे आणि मुळात जीव बचावला पाहिजे!

तुंबाजी : चमत्काराचा लाभ उठवला पाहिजे.

जटायू : म्हणजे लोक-कल्याणासाठी !

तुंबाजी : इतकं झालं तर सत्य-युग मुळीच लांब नाही.

जटायू : हे काय, हाताशीच. पण तेवढा जीव बचावला पाहिजे...

तुंबाजी : विठ्ठल, विठ्ठल. त्याची कृपा आहे तोवर कळिकाळाची भीती आम्हांला नाही.

जटायू : आम्हांला आहे... आपलं, नाही.

तुंबाजी : (नामाला) तर गुरुदेव, यानंतर 'हा चमत्कार' की 'हा यज्ञ' ही आपली नीती.

जटायू : दूध, तूप, मध यांच्या नद्या वाहिल्या पाहिजेत....होमकुंडाकडे. बोकडांचे कळप गेले पाहिजेत....होमकुंडात. दक्षिणेच्या चळती धावल्या पाहिजेत....ब्रह्मवृंदाकडे.

तुंबाजी : चल, जटायू, संकल्पित यज्ञाच्या पूर्वतयारीला लागलं पाहिजे.

जटायू : चलावं.

[दोघे निघतात.]

नामा : बापहो, यानंतर चमत्कार बंद.

तुंबाजी+जटायू : (चकित) काय? काय म्हणाला? म्हणाले....गुरुदेव?

नामा : यापुढे चमत्कार नाहीत. नकोत.

जटायू : असं कसं? चमत्कार नाहीत म्हणजे खेळच संपला!

तुंबाजी : झाले त्याहूनही प्रचंड चमत्कार व्हायला हवेत.

जटायू : यज्ञ हवा, यज्ञ, महायज्ञ!

नामा : (क्षीण) माझ्याच्याने होणार नाही. मला सांगू नका. मी थांबलो. यापुढे फक्त नामसंकीर्तन होत जाईल.

जटायू : चमत्कारांच्या जादूशिवाय नामसंकीर्तन ऐकणार कोण? ते काही नाही, उपगुरूदेव, चमत्कार लागतील.

तुंबाजी : (त्याला खुणावीत) गुरूदेवांना एकांताची गरज आहे. थकवा आला आहे, आपण प्रयाण करावं हे बरं.

[दोघे जाण्याच्या मिषाने एकीकडे येतात. त्यांच्या मागे भूत प्रकटलेले.]

जटायू : (हलक्या आवाजात) ही भानगडच झाली. संताचं कातडं मिरवणारा हा पिशाच्चमित्र गाढव भलताच ताठ झाला. चमत्कार नाहीत म्हणजे आपली सद्दी संपली.

तुंबाजी : (हलक्या आवाजात) चमत्कार नाहीत कसे? चमत्कार होणार! चल तू. या तुंबाजीची सद्दी संपवणारा अजून जन्माला यायचाय. चमत्कारांचे चमत्कार आता घडतील.

[दोघे जातात. नामा रंगमंचावर. अधोमुख. क्लेशात वाटतो. भूत नामाकडे येते. काही अंतरावर थांबते.]

भूत : (नामा दखल घेत नाही असे पाहून)

नामा...

[नामा मुका.]

नामा, मी आलोय.

[नामा मुकाच.]

रागावलास नामा?

[नामा तसाच.]

तुझी मी क्षमा मागतो.

[नामा गप्प.]

रागाच्या भरात ते घडलं.

[नामा बोलत नाही.]

मूळचा तसा मी कोपिष्टच. त्यात काल तुला भेटल्यानंतर माझं डोकं पार गेलं. माझा राग मी आवरायला हवा होता. पण जमलं नाही. भुतांना कुठला संयम जमायला? असंयमी माणसंच भुतं होतात. खरं तर त्या मानानं मी पुष्कळ संयम केला हे तुलाही मान्य करावं लागेल. तुझ्या डोक्यात ती तुळई फोडण्याचा मी निश्चय केला होता. वाटलं की इतका कसा तू भाबडा आणि मूर्ख? इतका कसा कुणीही खिशात घालावा असा? वर माझ्यावर तुझी टर्रेबाजी! म्हणे उद्यापासून नवे चमत्कार हवेत! वाटलं, मी काय याचा नोकर आहे? यानं काय मला विकत घेतलं आहे की पदरी ठेवलं आहे? माझ्या मर्जीनं मी मदत करण्याचं पत्करलं आहे याचा हा अर्थ नव्हता! तुला सुचतील त्या शिव्या घातल्या तरी शांत वाटे ना. तुझ्यासारख्या भाबड्या माणसांची मुळापासूनच जबर चीड. या माणसांनी जेवढं जगाचं नुकसान केलं तेवढं कुणीच केलं नसेल असं माझं स्पष्ट मत आहे. एक वेळ दुष्ट परवडले पण दुष्टांना पोसणारी ही भाबडी जमात जगातून संपली पाहिजे अशा मताला मी माझ्या जन्मातच पोचलो होतो. पण का माहीत नाही, तुझ्यावर जीव जडला. तूही त्यातलाच मूर्खशिरोमणी हे कळूनही तो जडला. कदाचित् पूर्वीचे कुठले ऋणानुबंध असतील. एवढं खरं की कीर्तनात अध्यात्म सांगताना रंगलेली मूर्ख मुद्रा पाहून माझा उग्र निर्धार डळमळला. गीतेचे श्लोक तू आत्मविश्वासानं चुकीचे म्हणत होतास आणि त्याचं निरूपण

करताना अर्थाचे घोर खून पाडत होतास. पण तुझा खून पाडणं मला जमलं नाही. मग म्हटलं तुंब्याचा तरी एकदाचा हातासरशी कपाळमोक्ष करून टाकावा. पण विचार आला, त्याचा कपाळमोक्ष करून काय संपणार? तुंबाजींना या जगात तोटा नाही. त्यांची जमात वाढणारी. उलट लेकाचा कीर्तनात मेला तर पुण्यात्मा ठरेल. म्हणून शेवटी तुळई मोकळ्या जागी आदळली. वैतागात जरा जास्तच आदळली. पण मूळचा कोपिष्ट माणूस मेला तरी किती समंजस होणार? तर उणं अधिक काही हातून घडलं असेल तर मला तुझ्या भाबड्या अंत:करणानं क्षमा कर. तू संत ना, मग क्षमा केलीच पाहिजेस!

[नामाच्या डोळ्यांवाटे अश्रूधारा.]

भूत : (चकित) नामा!

नामा : मला आणखी लाजवू नकोस. (पुढे बोलवत नाही.)

भूत : (जवळ जाते. त्याच्यापाशी तरी काही अंतर ठेवून बसते.) अरे! रडायला काय झालं? मला वाटलं होतं तू भलताच भडकला असशील. आणि तू रडतोस?

नामा : मी तुझा अंत पाहिला.

भूत : माझा अंत कधीच होऊन गेला. तू तो कसा पहाणार?

नामा : माझ्या मदतीसाठी आलास, मी तुला वापरू लागलो. जणू माझा नोकरच.

भूत : त्यानंच माझं डोकं गेलं. पण खरं सांगू का? मीच आपण होऊन तुला गाठलं. माझ्या अपुऱ्या इच्छा पुऱ्या करण्यासाठी तुला भोज्जा बनवलं. माझा स्वार्थ होताच. स्वार्थानं स्वार्थ जन्माला घातला तर चुकलं काय? फिटंफाट म्हणायची. चल, आपण सर्व विसरून जाऊ. पुन्हा मी भडकूपणा करणार नाही.

नामा : मी तुला संकट घालणार नाही.

भूत : संकट? कसलं संकट?

नामा : चमत्कारांचं!

भूत : त्यात कसलं संकट? त्यानं तर मजा येते आहे.

नामा : नको. मला भीती वाटते.

भूत : कसली भीती?

नामा : मला... कळत नाही. जिवाला चैन नाही. वाटतं की सगळा बनाव आहे. खोटेपणा आहे. परिणाम बरे होणार नाहीत.

भूत : तूच तर, नवे चमत्कार हवेत, तेच तेच बस्स झाले म्हणून मला आज्ञा करीत होतास.

नामा : अज्ञानात आनंद होता.

भूत : मग आता काय ज्ञानी झालास?

नामा : नाही. पण माझ्या अज्ञानाचं ज्ञान मला झालं. मला हे झेपणार नाही. मला... मला हे पेलणार नाही...

भूत : असा मध्येच कच खाऊ नकोस. आता तर कुठे खेळ रंगात येतो आहे. एवढ्यातच डाव टाकून देतोस?

नामा : खेळ जीवघेणा आहे...

भूत : मी तुझ्यामागे आहे. पुन्हा तो आहे– तुंबाजी. जटायू नावाचं ते भगवं माकड आहे. सामना रंगणार आहे. तुझा उत्कर्ष नुकता तर कुठं सुरू झाला आहे. लोकप्रियतेचं शिखर आता दिसू लागलं आहे. सुबत्ताच सुबत्ता पुढे वाढून ठेवली आहे... कनक, कांता...

नामा : मला त्या वाटेनं जायचं नाही...

भूत : सगळ्या वाटा शेवटी एकाच वाटेला जाऊन मिळतात. ही वाट, ती वाट, हा फरक षंढ शंकेखोरांनी केलेला. शेवटी जिवंतपणी सगळे भोग भोगून घेण्याला महत्त्व आहे. तुला सांगतो, मेल्यावर हळहळण्यात अर्थ नाही. मनुष्यजन्म स्वस्त नाही.

नामा : पायांखालची वाळू जशी सरकते आहे...

भूत : वृथा भीती. एकदा तुझा उत्कर्ष झाला की संपला माझा खेळ. मग तू नि तुझं टाळ कुटणं. सुखाचे आकंठ उपभोग एकदा भरभरून घेतलेस की मग खुशाल वैराग्य पांघरून मरेपर्यंत जग. मी जाईन परत माझ्या झाडावर. पण एवढी माझी आकांक्षा तुला पुरी केलीच पाहिजे.

नामा : मला सोडव.

भूत : धरलेलं असेल तर ना. उलट मीच तुझ्यावर टांगून आहे. ऋद्धी सिद्धी तुझ्यापुढे हात जोडून उभ्या रहाणार आहेत. पण त्यासाठी रात्रंदिवस तडफडतो आहे मात्र मी. हे बघ नामा, थोडक्यासाठी डाव बिनसवू नकोस. थोडी कळ काढ. खेळी पुरती होऊ दे. यापुढे मी भडकूपणा करणार नाही. माझ्यासाठी एवढं तू करणार नाहीस?

[नामा मुका. भूत खुषीत अदृश्य होते.]

नामा : (आतून फुटून आर्तपणे) पांडुरंगा!

दृश्य : ४थे

[दृश्य बदलते.
एक काळोखे दालन.
साग्रसंगीत वेषात पांडुरंग प्रवेश करतो.
आशीर्वाद दिल्यासारखा एक हात वर धरतो.
हा पांडुरंगाच्या सोंगात जटायू.]

जटायू : (हात तसाच वर धरून) पांडुरंगाच्या या सोंगाची तालीम करकरून, पायांखालची वीट डोक्यात घालून घ्यावी इतका वैताग आला! पुन्हा प्रत्यक्ष खेळात काही चुकलं तर मरणच. देवाचं सोंग त्यामुळं पाखंडी म्हणत दैत्यासारखे लोक तुटून पडतील. हाडं सुद्धा शिल्लक उरण्याची मग शक्यता नाही. मी म्हणतो, कुठून आमच्या या गुरूमहाराजांना चमत्कारांवर बंदी घालण्याची दुर्बुद्धी झाली? आणि माझ्यावर ही भलती जोखीम टाकण्याऐवजी आमचे उपगुरूमहाराज स्वत:च का ती पत्करीत नाहीत? कल्पना त्यांची तर अंमलबजावणीही तेच का करीत नाहीत? पण कल्पक माणसाचं हेही एक लक्षणच. स्वत:ची जबाबदारी दुसऱ्यावर अल्लद ढकलण्याइतका तो निश्चितच कल्पक असतो. नाही तर आम्ही! पण फार आत्मनिंदेने दैवी सोंग बिघडण्याची शक्यता. पांडुरंग ऊर्फ विठ्ठल कसा निर्विकार हवा. चला... तोतया विठ्ठल, करा चालू आपला घोक्या. हा मी असा इथून येऊन 'प्रकट' होतो. हे असे हात. असा चेहरा, अशी मान, असे पाय. 'विटेवरी उभा, कटीवरी हात.' मग आशीर्वाद. त्यानंतर अंतर्धान पवित्रा. मागच्या मागे प्रयाण. हे सर्वांत कठीण. मागे न बघता मागे चालत जायचं. म्हणजे एखादे वेळी थेट कपाळमोक्षच. विठ्ठलाचा मोक्ष! तो सुद्धा सर्वांसमक्ष झाला तर बघायलाच नको. (शहारतो.) हूं.

पुन्हा एकदा. (नव्याने विठ्ठलाची तालीम सुरू करतो.)
[मागे भूत प्रकट होऊन उभे आहे. जटायूची तालीम शांतपणे पहात रहाते. तुंबाजी येतो.]

तुंबाजी : बेटा जटायू, कुठपर्यंत आला सराव?

जटायू : गळ्यापर्यंत. नव्हे, चालू आहे. हा काय, करतोच आहे.

तुंबाजी : एकदा करून दाखव बघू.
[जटायू तालीम सुरू करतो.]
छी छी छी छी. काय रे हे तुझं ध्यान? काय तुझं चालणं, काय उभं रहाणं. हा काय पांडुरंग का पांडुरंगाची थट्टा?

जटायू : (प्रेक्षकांना) पांडुरंगाची आहे का नाही ठाऊक नाही पण माझी मात्र नक्कीच आहे. साधनेसाठी यांच्या पंथात शिरलो आणि अखेर सोंगाड्या बनलो. नियती आहे यात शंकाच नाही. उपगुरूदेव, आपणच पुनश्च कसं ते एकदा दाखवावं.

तुंबाजी : नीट बघ मी कसं करतो ते. भगवंतांचं सोंग वठवणं सोपं नाही.
[तुंबाजी पांडुरंगाचे सोंग परिधान करून 'एंट्री' दाखवू लागतो. भूत– हे तुंबाजी किंवा जटायूला दिसत नाही– मध्ये अल्लद पाय घालून तुंबाजीला भुईसपाट लोळवते.
जटायू चकित. आनंदितही.]

तुंबाजी : (कपडे झटकीत आणि काय झालं ते न कळल्याने अचंबा करीत) पाय घसरला वाटतं. बघ, मी पुन्हा दाखवतो.
[पुन्हा आधीचीच पुनरावृत्ती. भूत मध्ये पाय घालून तुंबाजीला पुन्हा भुईसपाट लोळवते.
आता तुंबाजीला अधिकच आश्चर्य. आपण पडलो कसे?
भूत त्याला किंवा जटायूला दिसत नाही.
जटायू क्षणिक खिदळून लगेच फार गंभीर चेहरा करतो.]

जटायू : उपगुरूदेवांचा पाय पुनश्च घसरला.

तुंबाजी : मुळीच नाही.

जटायू : मग... घडलं ते...

तुंबाजी : भुईला थोडा खड्डा होता तो आधी दिसला नाही. आता बघ.
[काळजीपूर्वक 'एंट्री' घेतो आणि भूत पूर्वीहून शिताफीने त्याला भुईवर लोळवते.
जटायू टाळ्या वाजवण्याच्या घाईला; पण स्वत:ला आवरतो.]

तुंबाजी : (कसाबसा उभा रहात) ओय, ओय... त्याचं काय आहे की काय आणि कसं होता कामा नये हे मी तुला दाखवत होतो!

जटायू : (लटक्या गांभीर्याने) आलं लक्षात. फार लागलं नाही ना उपगुरूदेवांना?

तुंबाजी : (संशयाने आणि संभ्रमाने इतस्तत: न्याहाळत) आता कसं झालं पाहिजे ते तुला दाखवतो. नीट बघून ठेव. जराही घोटाळ्यानं सगळं ओम्फस्स होईल. सोंग कसं हुबेहूब वठलं पाहिजे.
[या वेळी सर्व खबरदारी घेऊन पुन्हा सावधपणे 'एंट्री' घेतो आणि तरी भुईसपाट लोळतो. भूत त्याला लोळवते.]

जटायू : (किंचित्काळ तुंबाजी भुईचा उठत नाही असे पाहून) उपगुरूदेव, आहात ना? म्हणजे बरे आहात ना?
[तुंबाजी कसाबसा उठतो, परंतू अवस्था वाईट. जटायू त्याला मदत करतो. भूत पहात उभे.]

तुंबाजी : (कण्हत) काहीतरी... गडबड आहे यात शंका नाही.

जटायू : (त्याच्यावरची धूळ झटकीत) कसली गडबड उपगुरूदेव?

तुंबाजी : काहीतरी... मध्ये आलं. चालताना मध्येच असं... असं...

जटायू : 'असं' काय उपगुरूदेव?

तुंबाजी : पण इथं तर काहीच दिसत नाही!

जटायू : मी आहे ना.

तुंबाजी : (डोके घालवून) तुला म्हणत नाही मी, तू चूप रहा! आणि सराव कर.

जटायू : पण आपण... दिग्दर्शन करणार होता... कसं सर्व करायचं त्याचं.

तुंबाजी : केलं समज. अरे पांडुरंग वाटलास की झालं. हां. ते महत्त्वाचं. आहे काय त्यात कठीण? कर, कर तू. सराव कर. (आपण घेतलेल्या पांडुरंगाच्या सोंगापैकी एकेक वस्तू जटायूला परत करतो.) मन लावून कर. पांडुरंग व्हायचं तर वृत्तीचं कसं उन्नयन...

[भूत त्याला झटका मारते त्याने हेलपाटतो.]

जटायू : उन्नयन जरा जास्तच... झालं... म्हणायचं...

[तुंबाजी आता मात्र भुताटकीचा अनुभव यावा तसा संशयाने चहूकडे पाहू लागतो.]

तुंबाजी : नक्कीच कोणीतरी आहे.

जटायू : कोण असणार? (प्रेक्षकांना) प्रत्यक्ष पांडुरंगच तर नाही? बाप रे! (तुंबाजीला) कोणीच असणं शक्य नाही, महाराज. इथं तर कोणीच दिसत नाही.

तुंबाजी : (डोळे फाडून इतस्तत: पहात) नक्कीच कुणीतरी... तू कर पाहू सराव. पाहू दे आता, कसा करतोस ते.

जटायू : (घोटाळत) मी... नको, नंतरच... करीन म्हणतो...

तुंबाजी : आत्ता. तात्काळ. या क्षणी. हूं, चल. बघू दे मला. (एकीकडे दुखलेले अंग गोंजारतो आहे.)

[जटायू जिवावर घालून तालीम करतो. पण त्याला भूत काही करीत नाही. जटायूलाही आश्चर्य.]

तुंबाजी : (नर्व्हस) हूं. ठीक आहे पण अजून सराव व्हायला हवा. (इतस्तत: संशयाने पहातो आहे.) पांडुरंग होणं सोपं नाही.

फार मोठी जबाबदारी तुझ्यावर आहे. काय समजलास?

जटायू : जया अंगी मोठेपण, तया यातना कठीण... मग मोठेपण हातउसनं का असे ना.

[जटायू तालीम करू लागतो. तुंबाजी बघतो.]

भूत : माझ्या महत्त्वाकांक्षेला आपल्या हुशारीचा काटशह देऊ पहाणाऱ्या या दुक्कलीला ठाऊक नाही की त्यांचं हे गुप्त कारस्थान मला माहीत आहे. असं वाटतं आहे की आढ्याचा एखादा खांब ओढून दोघांनाही धोपटून काढावं. पण पुन्हा उतावीळ होऊन उपयोग नाही.

तुंबाजी : ठीक आहे. याप्रमाणे दिट्टो तिथं करायचं. जराही गोंधळायचं नाही, गांगरायचं नाही. लक्षात ठेव. तू पांडुरंग, विठ्ठल आहेस. कोण आहेस?

जटायू : मी मूर्ख आहे. नव्हे, मी विठ्ठल ऊर्फ पांडुरंग आहे.

तुंबाजी : शाबास! गुप्तता चांगली राखली. या कानाचं त्या कानाला कळलेलं नाही. आता साक्षात् खेळीच! चमत्कारांचा चमत्कार!

[टाळी मागतो. जटायू ती आधी देत नाही, मग देतो. दोघे जातात.

कीर्तनाला येणारा एक गट अंधुक प्रकाशात रंगमंचावर येतो. खलबत करीत उभा रहातो. आधी कुजबुज. मग आवाज वाढतात. एका कोपऱ्यात भूत उभे.]

१ : सगळी फसवेगिरी. हातचलाखी.

२ : निव्वळ जादू.

३ : कसले चमत्कार आणि कसलं काय.

१ : भांडं फोडलं पाहिजे.

३ : लोकांसमोर उघडं नागडं केलं पाहिजे.

२ : या वेळी असं करायचं. वेगवेगळ्या जागा धरायच्या.

१ : नजर ठेवायची.

३ : योग्य वेळी हल्ला चढवायचा. हातोहात पकडून लोकांना दाखवून द्यायचं–

२ : की सगळं थोतांड. दैवी चमत्कार बिमत्कार झूट. ही तर नजरबंदी!

१ : देव नाही, दैव नाही. माणूस! कर्ता करविता माणूसच!

३ : होऊनच जाऊ द्या. तू तो कोपरा धर. मी हा इथे रहातो आणि तुम्ही तसे तिकडे दबा धरून बसा.

२ : ठरलं.

[हे चालले असता भूत या मंडळीमधून फिरत, त्यांना न्याहाळत शिडीकडे येते.

सर्व पांगतात.

आता रंगमंचावर भक्त जमतात. पांगलेला गट त्यांच्यात मिसळून जातो. भक्त प्रेक्षकांना पाठमोरे रंगमंचावर बसून नामसंकीर्तन आरंभतात.

'जय हरि विठ्ठल । श्रीहरि विठ्ठल ।।'

नामसंकीर्तन वेग घेते आणि नामा येतो. बरोबर तुंबाजी, मागून बायको. बायको गर्दीत सामील होते, नामा आणि तुंबाजी त्यांच्या स्थानांकडे जाऊन उभ्याने नामसंकीर्तनात सामील होतात. हे प्रेक्षकांना सामोरे. नामा पुरता रंगलेला.

नामसंकीर्तनाला भक्तांची टाळ्यांची लय. ही आता चांगलीच वाढलेली. याचीच एक झिंग जणू भक्तांना चढली आहे. नामा मिटल्या डोळ्यांनी यात रंगून नामसंकीर्तन करतो आहे.

तुंबाजी मात्र रंगल्यासारखे दाखवतो पण पुरता हुषार आहे. आता एक विंगेकडून पांडुरंगाच्या सोंगातला जटायू रांगत रांगत अल्लद पाठमोऱ्या श्रोत्यांमागून त्याच्या 'प्रकट' होण्याच्या

जागी येऊन पोचतो. पोज घेऊन उभा रहातो. हाही प्रेक्षकांना पाठमोरा. नामसंकीर्तन ऐन जोरात.
योग्य क्षण येताच तुंबाजी 'प्रकट' झालेल्या पांडुरंगाकडे भक्तांचे लक्ष वेधतो. भक्तांमध्ये खळबळ. सगळे गडबडीने उठून पांडुरंगाला पहात उभे रहातात. मग गहिवरतात. लोटांगण घालतात. जयजयकार करतात. नामा समोरच्या पांडुरंगाला पाहून स्तिमित. मूढ. गोंधळलेला. त्याला याचा अर्थ कळत नाही. तुंबाजीला खुषी अनावर. शिडीवरून भूत हे सर्व पहाते आहे.]

तुंबाजी : साक्षात पांडुरंग प्रकटले! ओहोहो! अजब महिमा.
[इतरांप्रमाणे लोटांगण घालून उठतो. गाऊ लागतो.
'बोला विठ्ठल विठ्ठल! प्रकटला रखुमावर।।'
सर्व त्याच्याबरोबर गजर करू लागतात. झांजांची लय. त्यात मृदुंग. 'विठ्ठल' ऊर्फ पांडुरंग 'विटेवरी उभा, कटेवरी हात' पद्धतीने नाचू लागतो. लपलेले १+२+३ 'थोतांड', 'बनवेगिरी' असा आरडा ओरडा करीत रंचमंचावर 'पांडुरंगा' च्या दिशेने धावून जातात. 'पांडुरंग' अवसान टाकून पळू लागतो. धावपळ. रंगमंचावर गोंधळ. भूत आणि नामा तेवढे अविचल उभे. १+२+३ आता पांडुरंगाचे सोंग उतरवलेल्या उघड्या वाघड्या जटायूला विंगेतून उचलून आणतात. जटायू केविलवाणा. गयावया करतो आहे.]

१ : लोकहो, हा पहा 'चमत्कार'! हा पांडुरंग नसून साधा पांडू आहे. याला या बोकेसंन्याशांनी पांडुरंगाचं सोंग देऊन आपल्याला बनवण्याचा घाट घातला. आपल्या भक्तीचा हा घोर अपमान आहे. आपल्यासारख्यांच्या श्रद्धेचा गैरफायदा घेऊन आपली तुंबडी भरणारे हे भोंदू लुच्चे आहेत. आता तरी सावध व्हा!

[जटायूवर आणखी मार पडतो. तुंबाजी सटकू पहातो.]
(त्याला हेरून) तो पहा... धरा... पकडा त्याला... सोडू नका, अद्दल घडवा...
[लोक तुंबाजीला घेरतात.]

तुंबाजी : (दाढी पिंजारून) हां, माझ्या अंगाला हात लावील तो जळून भस्म होईल! (एक मंत्र जोरजोराने पुटपुटू लागतो. लोक भयभीत.)

२ : (पुढे होऊन त्याला धरून) कुठे झालो भस्म? करून दाखव भस्म!

३ : बोकेसंन्यासी कुठला. गोरगरिबांना फसवून पोट भरतोस?
[भूत हे सर्व पहात शिडीशी उभे.]

१ : अद्दल घडली पाहिजे या लोकांना. (आता नामाकडे रोखून पहात) आणि तो... या सर्वांचा मुकुटमणी! चमत्कारांची हातचलाखी करून आपली संतगिरी चालवत होता. धरा त्याला...
[नामा पळून जाण्याचा प्रयत्न न करता एकाच जागी उभा. सुन्न.
नामाची बायको भयाने ताठरलेली.
३ येऊन नामाला धरतो. खेचतो.]

३ : दाखव तुझा चमत्कार! दाखव! बघू या काय करतोस ते गोसावड्या!
[नामाची शारीरिक ओढाताण सुरू होते. नामा बिनतक्रार, कोणताही प्रतिकार न करता उभा. आता आणखी एक-दोघे नामाशी अंगझट करू लागतात. मग इतर नामाला मारू लागतात.
नामाची बायको ओरडत त्याला सोडवू जाते. तिला दूर करतात. आता नामाची विटंबना सुरू होते. नामाला ठार करतील इतका आवेश जमावात संचारला आहे.

भूत त्याच्या जागेवरून आता अदृश्य.
नामाच्या बायकोचा आक्रोश चालू आहे.
जमावाच्या घेऱ्यातून नामाची डरकाळी, "हां!"
नामाला मारणारा जमाव एकदम पांगतो.
नामा दिसतो पार बदललेला. तप्त चेहरा. आक्रमक पवित्रा.
हा नामा आणि तरी नामा नाही. भुतासारखी पोज.]

नामा : (बदललेला) हात लावाल अंगाला तर खांडोळी करून टाकीन एकेकाची! खबरदार! (एकतारी शस्त्रासारखी धरलेली.)
[सगळे या आवेशाने टरकलेले.]

१ : बघता काय? हाणा लेकाच्याला...

नामा : (गर्जना) आई व्यायली पाहिजे हात लावणारांची!
[नामा एक फटका २ ला मारतो, तो हेलपाटत जाऊन पडतो.]
या कोण पुढे येता ते, या! आहे कोण मायेचा पूत? आहे?
[नामाच्या या नव्या अवताराने सर्व गर्भगळित.]

जटायू : (कृतज्ञतेने नामाला) गुरूदेव—

नामा : (उग्र मुद्रा) चूप! पांडुरंगाचं सोंग काढणारा पापी, पाखंडी! थोबाड फोडीन!

तुंबाजी : (जटायूला) नाही तरी मध्ये मध्ये तोंड घालण्याची तुला...

नामा : (तुंबाजीला) मुस्कट बंद! एकदम बंद! चवचाल बोकेसंन्यासी कुठला. हो चालता आधी! (अंगावर चालून गेल्यासारखे करतो. जटायू आणि तुंबाजी पसार. नामा त्याच्या स्वभावात न बसणारे खदाखदा हास्य करतो.)

बायको : (भयभीत) आसं काय झालं व योकदम यांचं? मला बया भ्या वाटती...

नामा : (उग्र चेहऱ्यानेच) भ्यायचं कारण नाही. नामा अगदी ठीक आहे.

बायको : (चमकून) काय म्हंगाला?

नामा : (जीभ चावून) मी ठीक आहे... (अंतर ठेऊन दबा धरून असलेल्या १+२+३+ ना) चमत्कारांवर विश्वास नाही ना तुमचा? बघा तर चमत्कार! (हातवारे करतो. विजांचा कडकडाट. पावसाच्या धारांचे आवाज. पुन्हा हातवारे करतो. सर्व बंद.) आणखी बघा. (हातवारे करतो. अगदी जवळून श्वापदांच्या डरकाळ्या. सर्वांची गाळण. बोबडी. हातवारे करतो. सर्व बंद.) आणखी बघा! (हातवारे करतो. पैंजणांची नाजूक छुमछुम रंगमंचाच्या एकीकडून येऊन दुसरीकडे निघून जाते. कुणी दिसत मात्र नाही. सर्व या भासाने झपाटलेले.) आणखी पहा. (हातवारे करतो. आग लागते. हातवारे करतो. आग पेटली तशीच क्षणात विझते.) करा छाननी. दाखवा यातलं थोतांड. भेकडांनो, तुमचा बुद्धिवाद हेच मुळात एक थोतांड आहे! कारण तुमच्या अंगुष्ठभर बुद्धीनं विश्वाचं विराट कोडं सोडवायला तुम्ही निघाला आहात! या टीचभर बुद्धीला अनाकलनीय काही असूच शकत नाही असं मानणारे तुम्ही गर्विष्ठ आंधळे आहात! आपल्या डोळ्यांच्या खाचा वटारून देदिप्यमान सत्याचा बारीक शोध तुम्ही चालवला आहे! सत्य हे की तुम्हांला सत्यानं केव्हांच टांग मारली आहे. सत्य हे की मेल्यावर तुम्ही सत्यशोधक पिशाच्चं होऊन भटकणार आहात. कारण सर्व गर्विष्ठ आंधळ्यांचा शेवट हा असाच होतो. मग कदाचित् तुम्हांला अंतिम सत्य कळेल पण तेव्हां उशीर झालेला असेल. (खदखदा हसतो.) तेव्हां उशीर झालेला असेल! या, तुमच्या स्वागताची जय्यत तयारी आहे. तुमच्या स्वागतासाठी साऱ्या अतृप्त वासनांची गुढ्यातोरणं तिकडे उभारलेली आहेत! तुमचे पूर्वसूरी तिकडे तुमची वाटच पहात आहेत, या! पण त्यासाठी उगीच उशीर

कशाला? हे देऊळ कोसळवून आत्ताच तुमचा मोक्ष घडवतो... (हातवारे करतो. देऊळ हादरावे तसे हादरे सर्वांना बसू लागून सर्व हडबडलेले. पळापळ.
नामा आणि बायको सोडून रंगमंचावर आता कुणीच उरत नाही.)

बायको : (भ्यायलेली) असं काय वं ते? तुमी तुमीच हायसा नव्हं?

नामा : का बरं?

बायको : तुमी तुमच्यावाणी वाटत न्हाई म्हून... म्हंजी तुमीच हायसा... व्हय... पर तरी... असं वाघावाणी डुरकताना कंदीच बघतलं नव्हतं तुमाला.
[नामा वाघाप्रमाणे फेऱ्या घालतो आहे.]
आसं कंदीच फिरत न्हवता तुमी.
[नामा दचकून फेऱ्या मारण्याचा थांबतो.]

नामा : भूक लागली मला. खायला दे.

बायको : हितं कुठलं खायला असणार?

नामा : ठीक आहे. मी निर्माण करतो. (हातवारे करतो. खाणे येते. ते खाऊ लागतो.)

बायको : (चकित) अगो बया!
[नामा अधाश्यासारखा खाऊ लागलेला.]

बायको : किती खाता! यवढं कंदीच खात न्हवता तुम्ही.
[नामा चमकून खाणे थांबवतो.]
वरडून वरडून भूक लागली जनू! लागती, भूक लागती मान्साला. चमत्कार भारीच होते बघा तुमचे. काय काय करता वं तुमी! कंदी वाटतं का क्येवढा जबरदस्त मानूस आपला नवरा. कंदी भ्या वाटती बघा... का, कळं ना...

नामा : आता भ्यायची बात नाही. एकदम उत्कर्ष! यानंतर मी सगळं

चालवणार. मी ठरवणार काय ते. नाम्याच्या पद्धतीनं यानंतर काम निभणार नाही.

बायको : (पुन्हा चमकून) काय म्हंगाला?

नामा : तेच. माझ्या पद्धतीने काम निभणार नाही. पद्धत बदलली पाहिजे.

बायको : (साशंक) असं कंदीच तुमी बोलला नसता...

नामा : (संतापून) कारण मी नामा नव्हे!

बायको : (हडबडून) काय? अगो बया! तुमी... ते... न्हवंत?

नामा : (प्रामाणिकपणे) होय, मी तो नाही. मी विठ्ठल नावाचं भूत आहे. नामाच्या देहात मी प्रवेश केला आहे.

[बायको पार हडबडलेली.]

पण काळजी करू नकोस. नामाच्या उत्कर्षासाठीच मला नाइलाजानं हे करावं लागलं आहे. उत्कर्ष होताच मी हा देह सोडून निघून जाईन.

[बायको रडू लागते.]

रडू नकोस. तुला श्रीमंती हवी ना, मोठं घर हवं ना, नोकरचाकर हवेत ना. दाराशी घोडागाडी हवी ना? मग मला हे करायला हवं.

बायको : मला हे काय नगं. मला तुमी हवासा. म्हंजी तुमी... त्ये भूत नगं... मला तुमी हवासा. (कष्टाने नाव घेते) नामा. मी गरिबीत -हाईन. झोपडीत जगंन. घोडागाडी कशापाय, हे पाय दिलेत की देवानं. पर तुमी -हावा. भुताला काढून लावा. देवाच्यान, मला काय नगं. मला तुमी हवेत... माझं नामा...

[रडतेच आहे.]

नामा : (म्हणजे नामामधले भूत, जरा कुचंबून) तूच तर म्हणत होतीस हे सर्व तुला हवं म्हणून...

बायको : खूळ लागलंतं मला. आता शाणी झाले. मला माझा नवरा हवा. (एकदम) चल हट् बाजूला. होतोस का न्हाई? हो बाजूला माझ्या नवऱ्याच्या अंगातून भाड्या... (बांगड्या मागे सारून मुकाबल्याला उभी. नामाच्या अंगावर चालून जाते.)

नामा : (मागे सरकत) अगं– अगं– (एकदम उग्र होत) हां! अंगाला हात तर लाव, हाताचे कोळसे करून टाकीन! (बायको मागे होते.) माझ्या शक्तीची तुला कल्पना नाही. मी जबरदस्त भूत आहे. समंध आहे. ब्रह्मसमंध आहे!

बायको : (पुरती घाबरून) बया गो बया... धरलं व धरलं माझ्या नवऱ्याला धरलं वं भुतानं... (ओरडत पळून जाते.)

[नामाच्या मागून आता भूत प्रकट होते. नामा त्यासरशी पार गळून बसतो. त्याचे अवसान गेलेले.]

भूत : (त्रस्त) तुझ्याप्रमाणे बायकोही मूर्ख आहे तुझी. स्वत:चं हित कळत नाही. आता करील गावभर बोभाटा, नामाला भुतानं झपाटलं. म्हणजे वाट लागली!

[नामा थकून धाप घालतो आहे.]

अरे जा... तिला धरून आण... रागजाव तिला...

नामा : माझ्यात शक्ती नाही...

भूत : तू असाच, मच्छर. म्हणे शक्ती नाही. काहीतरी करायला हवं, तिला गप्प करायला हवं.

नामा : (धापा टाकीत) दमलो...

भूत : पाप्याचं पितर कुठला. एवढ्यानं दमछाक झाली? अजून काय झालं आहे? अजून पुष्कळ व्हायचं आहे...

नामा : पांडुरंगा...

भूत : जमावानं पार ठारच मारला असता तुला, म्हणून नाइलाजानं तुझ्या अंगात मला संचार करावा लागला. तुला वाचवण्यासाठी

मी तुझ्यावर स्वार झालो.

नामा : (केविलवाणा) ठार झालो असतो तर सुटलो असतो...

भूत : लाज वाटत नाही असं म्हणायला? मरण्यासाठी माणूस जन्माला येतो? त्याला जगायचं असतं, आसुसून जगायचं असतं, सगळ्या वासना मनसोक्त पुऱ्या करून घेण्याची स्वप्नं बाळगत तो वाढतो. तो त्याचा जन्मसिद्ध हक्क आहे. आणि ठार झालो असतो तर सुटलो असतो म्हणतोस? माणूस आहेस की कोण आहेस? मेलास म्हणजे कळेल मरणं काय असतं ते! ऊठ! कामाला लाग. आधी बायकोमागे नीघ. तिला समजाव. जा.

[नामा पार लोळागोळा होऊन बसलेला.]

अरे चल, घाई केली पाहिजे...

[नामाला पुढे घालून भूत मागून जाते.

बँडेजे बांधून जखमी तुंबाजी आणि जटायू कण्हत, कुंथत येतात.]

जटायू : उपगुरूदेव, गुरूदेवांचं असं काय झालं? त्यांच्या अंगात कसला तरी... आपला तो... संचार व्हावा तसे ते एकदम उग्र बनले आणि बघता बघता... मला वाटलं पळालो मीच, पण आपण देखील माझ्यापेक्षा वेगाने पळत माझ्या पाठी आलात. म्हणजे याही क्षेत्रात आपण आमचे गुरूच! मी तर मरणारच होतो; उपगुरूदेवांमुळे वाचलो... म्हणजे पळण्याला अवसर तरी मिळाला. अयाई! (एक बँडेज, वेदना व्हावी तसे दाबून धरतो.)

तुंबाजी : ओ-हो हो हो... (दुखणारे बँडेज दाबून धरतो.) तुझ्या मानाने मला तसा कमीच मार पडला. तरी वेदना ती वेदनाच! ओय्. मी तुला सांगतो, त्याच्यात त्या विठ्ठल नावाच्या पिशाच्च्याचा प्रवेश झाला आणि तो एकदम बदलला. खात्रीने तो पिशाच्चानं झपाटलेला होता. एकूण अवसानच सांगत होतं. आवाज, चेहरा, डोळे...

जटायू : भयंकर! अजून आठवणीनं चळचळा कापायला होतं. (कापू लागतो. पुन्हा वेदना होऊन एक बँडेज दाबतो.) कापण्याची सुद्धा सोय उरली नाही, अगग...

तुंबाजी : यासाठी आध्यात्म अंगी बाणवावा. दुखणारा भाग हा आपला नाहीच असं समजून जगता आलं पाहिजे... आय्! (बँडेज दाबतो.)

जटायू : (हे पहात) कठीण आहे! वस्तुतः पांडुरंगाचं सोंग काढण्याचा तो प्रकार खुळचटपणाचा होता. अशा सोंगानं लोक कसे फसणार? जीवे सुटलो हेच विशेष.

तुंबाजी : फसलेल्या उपक्रमांबद्दल असंच बोलणार कुणीही. यशस्वी झाला की जग मानतं.

जटायू : असला उपक्रम यशस्वी कसा होणार? पांडुरंग काय असा येईल? अगदीच आचरट! त्या तालमी करकरून जीव कसा नुसता मेटाकुटीला आला होता...

तुंबाजी : बोल. माझ्या संकल्पात मला अपयश आल्यानेच तू असं बोलू धजतो आहेस.

जटायू : उण्याअधिकाची पूर्वीप्रमाणेच क्षमा असावी. शारीरिक वेदनांपासून थोडी सुटका म्हणूनच मी असं बोलतो आहे. तर आता पुढे काय, उपगुरूदेव?

तुंबाजी : कशाच्या पुढे?

जटायू : आता आपण कुठे जायचं? कसं जगायचं? या टापूत तर तोंड दाखवण्याची सोय राहिली नाही. मी गेले पाच दिवस लपूनच आहे. उपगुरूदेव, आपण देशाटन का नाही करायचं?

तुंबाजी : पहिलीच खेप त्यामुळे तुला हे सुचतं आहे. पण बेअब्रू झालेल्या माणसानं आपला मुलूख सोडून पळण्यासारखी दुसरी चूक नाही, लक्षात ठेव. त्यानं असेल तिथंच राहिलं पाहिजे. अंगावर

ओतलं जाईल ते सर्व सचैल ओतून घेतलं पाहिजे. रागावता कामा नये, तक्रार करता कामा नये. उलट आपला सत्कारच झाला असं दाखवायचं. म्हणजे लोक क्षमा करतात आणि विसरतात. नव्यानं त्यांना मामा बनवता येतं. (जीभ चावून) म्हणजे, पुन्हा आपलं बरं चालतं.

जटायू : अनुभवी गुरूजनांचा सल्ला... मानलाच पाहिजे. चला तर, तूर्त लोकांकडून सत्कार टाळण्यासाठी एकांतवास करू या.

[दोघे जातात. जटायू मागे-पुढे टेहळत, मागून तुंबाजी 'आय ओय' करीत.

नामाची बायको वेड्यासारखी हातवारे करीत येते.

मागोमाग नामा आणि भूत प्रवेशतात.]

बायको : (जाहीर करावे तशी सैरावैरा फिरते आहे. बडबडते आहे) झपाटलं वं झपाटलं... माझ्या नवऱ्याला भुतानं झपाटलं... माझं वाटुळं झालं हो झालं... झपाटलं व झपाटलं...

नामा : (भुताने झपाटलेला.) हे बघ, मी नामाच आहे आणि तुला हे मानलं पाहिजे. बायकोला आणि नवऱ्याबद्दल संशय? पतिव्रता असून माझा शब्द मानत नाहीस? चल मुकाट्यानं घरी माझ्याबरोबर. येतेस का नाही?

बायको : मी मुळीच न्हाई येणार. कारण तुम्ही माझा नवरा न्हाईत, तुमी भूत हात भूत. माझ्या नवऱ्याला तू धरलं हाईस, हाय ठावं मला. (ओरडू लागते.) भूत! भूत!

नामा : (उग्र अवतार.) गप्प नाहीतर गळाच दाबीन! चूप एकदम!

[अंगावर चालून जातो. बायको धावत जाते "धरलं वं धरलं" ओरडत.

भुताने झपाटलेला नामा कराकरा दात खातो. डोळे गरगरवतो. हात चोळतो.]

नामा : (भूत) पुढची खेळी केली पाहिजे...

[भुताने झपाटलेला नामा आता कीर्तनाचे अवसान घेतो. कीर्तन सुरू करतो.

साथ वाजू लागते. पण साथीदार नाहीत.

नामाच्या तोंडून भूत गाऊ लागते. शब्दांत भक्ती, आविर्भावात वखवखलेपणा, पिसाटपणा.

अच्युता अनंता श्रीधरा माधवा
देवा आदीदेवा पांडुरंगा ।।
कृष्ण विष्णू हरी गोविंद माधवा
तूची नारायणा नामधारी ।।
मुकुंदा मुरारी प्रद्युम्ना केशवा
नामा सदाशिवा शांतरूपा ।।

लोक येऊन लांब कोपऱ्यात घोळक्याने तंग उभे.

यात नामाची बायकोही.

कोणी जवळ येत नाही.

भूत नामाच्या तोंडून कीर्तन करताना वारंवार लोकांना बोलावते आहे, बसायला खुणावते आहे. पण लोक जवळ येत नाहीत, बसत नाहीत. त्यांच्या मुद्रेवर भय, आकस.]

नामा : (भूत) पुंडलीक वरदा हरी विठ्ठल! नामदेव तुकाराम!

[लोकांची साथ नाही.]

(किंचाळत) अरे म्हणा! म्हणा माझ्याबरोबर! करंट्यांनो हरिनाम तुम्ही घेत नाही? नरकात जाल! म्हणा, पुंडलीक वरदा–

[लोक पूर्ववत तंग. ताठर.

नामामधले भूत वाढते कासावीस. तडफडू लागते. लोकांवर चालून येण्याचा प्रयत्न करते पण जमत नाही. त्याची तडफड

वाढते. शेवटी नामा किंचाळत धाड्दिशी भुईवर कोसळतो. विजांचा कडकडाट ऐकू येतो. वेडेविद्रे चीत्कार घुमतात. वादळ होते. मग सर्व शांत.
भूत गेले आहे.
आता नामाभोवती गर्दी जमते. गलबला. नामाची बायको त्याला शुद्धीवर आणण्यासाठी प्रयत्न करते आहे.]

बायको : अवं... उठा... भूत गेलं... आता घरी जायचं न्हवं दोघांनी? थकला बघा किती... चला वाईच खावा... मी भाकरी भाजून वाढती... मंग झोपा बरं गुमान... मी पाय चेपंन... डोचकं दाबंन... घरला चला... अवं... अवं ऐकतायसा का?
[नामा हलत नाही. निपचित.]

लोक : (एकमेकांत आणि इतरांना). भूत पळालं.

एक : भूत नव्हतंच. नामाच्याच त्या दोन प्रवृत्ती. एक सत्, दुसरी असत्. एक साधू, दुसरा भूत. भूत बीत सब झूट. असत् प्रवृत्तीवर सत् नामानं विजय मिळवला.

काही जण : मुळीच नाही.
[चर्चा करीत लोक रंगमंचावरून जातात.]

बायको : माझं सौभाग्य मला आज परत मेळलं ग बया! (नामाला) हे बगा, आपल्याला नगंत पैशे, नगं गाडीघोडा, बंगला. आपल्याला डागडागिने नगंत, नोकरचाकर नगंत, काय नगं. काय समजला? मोह वंगाळ. माणसानं पोटापुरतं मेळालं का त्यात सुख मानावं न् जगावं. अती भूक बरी नव्हं. काय?
[नामा अविश्वासाने तिच्याकडे पहातो आहे.]
(जाणवून) काय झालं? असं काय पाह्यचं ते? (शंकेने) का परतुन झपाटलं?

नामा : नव्हे, तूच हे सर्व बोलते आहेस का, म्हणून बघत होतो.

विठ्ठलाची कृपा. तू शहाणी झालीस.

बायको : भारी ताप देला भुतानं.

नामा : फायदाही केला. तुला शहाणपण मिळालं. मला धडा मिळाला.

बायको : कसला धडा?

नामा : संतपण आणून येत नाही. ईश्वर हाका घालून भेटत नाही. वैराग्य एकतारी बडवण्यानं मिळत नाही. त्यासाठी पूर्वसंचित पाहिजे. आजपासून शिंपीकाम सुरू.

बायको : असं नका बोलू. तरास होतोय जिवाला तुमच्या.

नामा : होऊ दे. होईल सवय. विठ्ठलाची कृपा. जसं ज्याचं पूर्वसंचित, तसा त्याचा विठ्ठल. (उसासतो.)

[दुसऱ्या बाजूला भूत शिडीवर येऊन बसलेले.
अंतर्मुख, विमनस्क, थकले भागले वाटते.]

नामा : चल, आवले– नाही, चंद्रभागे– आता तू चंद्रभागाच... घरी जाऊ. प्रपंचाला लागू.

[दोघे उठतात. सावकाश निघून जातात.
एकटे भूत शिडीवर नि:स्तब्ध बसून.
त्याच्या अंतरंगातले वादळ आता ऐकू येऊ लागते. वादळ वाढते आहे, कमी होते आहे. होता होता ते प्रचंड वाढते. रोंरावते, पिसाट वादळ, बेबंद वादळ, भयंकर वादळ, जिवाचा थरकाप करणारे.
वादळ चालू. मग क्रमश: ते प्रकाशाबरोबर विझत जाते.
अंधार. पडदा.]

* 9 7 8 8 1 7 1 8 5 8 3 4 7 *

FCW - #0226 - 061026 - C0 - 216/140/6 - PB - 9788171858347 - Matt Lamination